ஊஞ்சல்

கிழக்கு பதிப்பக வெளியீடுகளாக சுஜாதாவின் புத்தகங்கள்

மீண்டும் ஜீனோ
நிறமற்ற வானவில்
நில்லுங்கள் ராஜாவே
தீண்டும் இன்பம்
ஆஸ்டின் இல்லம்
அனிதாவின் காதல்கள்
நைலான் கயிறு
24 ரூபாய் தீவு
அனிதா இளம் மனைவி
கொலை அரங்கம்
கமிஷனருக்கு கடிதம்
அப்ஸரா
பாரதி இருந்த வீடு
மெரீனா
ஆர்யப்பட்டா
என் இனிய இயந்திரா
காயத்ரி
ப்ரியா
தங்க முடிச்சு
எதையும் ஒருமுறை
ஊஞ்சல்
ஒரிரவில் ஒரு ரயிலில்
மீண்டும் ஒரு குற்றம்
விக்ரம்
நில், கவனி, தாக்கு!
வாய்மையே சில சமயம்
வெல்லும்
ஆ...!
வசந்த காலக் குற்றங்கள்
சிவந்த கைகள்
ஒரே ஒரு துரோகம்
இன்னும் ஒரு பெண்
6961
ஜோதி
மாயா
ரோஜா
ஓடாதே
மேற்கே ஒரு குற்றம்
விபரீதக் கோட்பாடு
ஐந்தாவது அத்தியாயம்
மலை மாளிகை
விடிவதற்குள் வா
மூன்று நாள் சொர்க்கம்
பத்து செகண்ட் முத்தம்
கம்ப்யூட்டர் கிராமம்
இளமையில் கொல்

மேகத்தை துரத்தியவன்
ஒரு நடுப்பகல் மரணம்
நகரம்
இதன் பெயரும் கொலை
மண்மகன்
தப்பித்தால் தப்பில்லை
விழுந்த நட்சத்திரம்
முதல் நாடகம்
ஆட்டக்காரன்
ஜன்னல் மலர்
என்றாவது ஒரு நாள்
வைரங்கள்
மேலும் ஒரு குற்றம்
சொர்க்கத் தீவு
கனவுத் தொழிற்சாலை
ஆயிரத்தில் இருவர்
பதினாலு நாட்கள்
உள்ளம் துறந்தவன்
பிரிவோம் சந்திப்போம்
கரையெல்லாம் செண்பகப்பூ
இரண்டாவது காதல் கதை
நிர்வாண நகரம்
குருபிரசாதின் கடைசி தினம்
இருள் வரும் நேரம்
திசை கண்டேன் வான் கண்டேன்
ஆழ்வார்கள் - ஓர் எளிய அறிமுகம்
தேடாதே
விருப்பமில்லாத் திருப்பங்கள்
விரும்பிச் சொன்ன பொய்கள்
கை
ஆதலினால் காதல் செய்வீர்
நூற்றாண்டின் இறுதியில் சில சிந்தனைகள்
அப்பா, அன்புள்ள அப்பா
மிஸ். தமிழ்த்தாயே, நமஸ்காரம்!
சிறு சிறுகதைகள்
வாரம் ஒரு பாசுரம்
வானத்தில் ஒரு மௌனத்தாரகை
கடவுள் வந்திருந்தார்
அனுமதி
ஓலைப் பட்டாசு
சேகர், சிங்கமய்யங்கார் பேரன்
கம்ப்யூட்டரே ஒரு கதை சொல்லு
டாக்டர் நரேந்திரனின் வினோத வழக்கு
நிஜத்தைத் தேடி
பாதி ராஜ்யம்
சில வித்தியாசங்கள்

ஊஞ்சல்

சுஜாதா

ஊஞ்சல்
Oonjal
by Sujatha
Sujatha Rangarajan ©
First Edition: April 2010
104 Pages
Printed in India.

ISBN 978-81-8493-415-1
Kizhakku - 475

Kizhakku Pathippagam
177/103, First Floor,
Ambal's Building, Lloyds Road,
Royapettah, Chennai 600 014.
Ph: +91-44-4200-9603

Email : support@nhm.in
Website : www.nhm.in

Cover Image : Shutterstock©

Backcover Image : Rahul Senthooran

Kizhakku, An imprint of New Horizon Media Pvt. Ltd.

All rights relating to this work rest with the copyright holder. Except for reviews and quotations, use or republication of any part of this work is prohibited under the copyright act, without the prior written permission of the publisher of this book.

ஒரு சிறிய முன்னுரை

அண்மையில் எனக்குக் கட்டாயமாக நிறைய ஓய்வு கிடைத்தது. நாடகங்கள் பல படித்தேன். அவற்றில் பாடி சாயேவ்ஸ்கியின் அருமையான டெலிவிஷன் நாடகங்களையும், ஆர்தர் மில்லரின் 'டெத் ஆஃப் எ சேல்ஸ்மேன்'-ஐயும் படித்தபோது அந்த நாடகங்களின் மையக் கருத்தான Tragedy of the Common Man நம்முடைய சூழ்நிலைக்கும் பொருந்துவதை உணர்ந்து இந்த நாடகத்தை எழுதத் தொடங்கினேன். இதன் முக்கிய கதாபாத்திரமான வரதராஜன் ஒரு சாதாரண மனிதராக இருப்பினும், அவரது வீழ்ச்சியில் ஒரு காலகட்டத்தின்... ஒரு தலைவனின் வீழ்ச்சியின் முழுமை இருப்பதை நீங்கள் உணர்ந்துகொள்ள முடியும் என்று நம்புகிறேன்.

- சுஜாதா

காட்சி 1

ஒரு பழைய காலத்து வீட்டின் நடுக்கூடம். வரத ராஜன் ஊஞ்சலில் சப்பணம் போட்டுக்கொண்டு சௌகரியமாக உட்கார்ந்து அன்றைய பேப்பரைப் படித்துக்கொண்டிருக்கிறார். அப்போது அவருடைய புதல்வி கல்யாணி உள்ளே வருகிறாள். அவள் அலுவலகத்துக்குக் கிளம்பும் உடையில், புதுசாக இருக்கிறாள். வரதராஜன் பனியன், வேட்டியுடன் சுதாரித்த நிலையில் இருக்க, அவருக்கு வயது ஐம்பத்தெட்டு இருக்கலாம். பெண்ணுக்கு இருபத்து மூன்று. அதிகம் அழகு என்று சொல்லமுடியா விட்டாலும் அவள் பேச்சின் தரத்திலும் உள்ளடக்கத்திலும் வசீகரம் இருக்கத்தான் செய்கிறது. சுறு சுறுப்பான பெண், அப்பாவை நேசிப்பவள். அவருடன் அவளுக்கு எந்தச் சச்சரவும் இல்லை. எதிர் காலத்தில் நல்ல விஷயங்கள் நடக்கப்போவதை ஆவ லுடன் நம்புவது அவள் பாவனைகளில் தெரிகிறது.

கல்யாணி: (டெலிபோனுக்கு அருகே செல்லும் போது) குட்மார்னிங் அப்பா!

வரதராஜன்: மார்னிங் டார்லிங்!

கல்யா: (டெலிபோனை எடுத்துக் காதுகொடுத்துக் கேட்டு) என்ன வெறும் காத்தா இருக்கு?

வரத: அது எப்போ வேலை செஞ்சுது. ஒரு தடவை சென்ட்ரல் ஸ்டேஷன் வரும். ஒரு தடவை அப்துல் ரகுமான் இருக்காராணு கேக்கும்.

கல்யா: இல்லேப்பா, டோட்டலா டெட்டா இருக்கு... கனெக்‌ஷன் பிடுங்கி விட்டாப்ல. (யோசித்து அவரை நேராகப் பார்த்து) அப்பா, உங்ககிட்ட டெலிபோன் பில் கட்டறதுக்கு முந்நூற்றைம்பது ரூபா கொடுத்தேனே? போஸ்ட் ஆபீஸ் போய் கட்டினீங்களா?

வரத (யோசித்து): கட்டலை போலிருக்கு. ஏன், லாஸ்ட் டேட் ஆயிடுச்சா?

கல்யா (அலுத்துக்கொண்டு): சரிதான். அதான் வெட்டியிருக் காங்க. வழக்கமா போன் பண்ணிட்டு வெட்டுவாங்களே!

வரத: ஆமாம்... போன் பண்ணினதாத்தான் ஞாபகம். அப்பல் லாம் போன் நல்லா வொர்க் பண்ணும். இந்த மாதிரி 'லாஸ்ட் டேட் ஆயிடுச்சு. வெட்டப் போறோம்'னு சொல்றப்ப...

கல்யா (சற்று அலுப்புடன்): கொடுங்கப்பா பணத்தை. இங்க பக்கத்துல இருக்கு போஸ்ட் ஆபீஸ். உங்களால கட்ட முடியலை. கொடுங்க பணத்தை! நான் கிரியிடம் கொடுத்துக் கட்டச் சொல்றேன்.

(அவர் அருகில் வந்து பணத்துக்காகக் காத்திருக்கிறாள்.)

வரத: அது வந்து...

கல்யா (சற்று முறைத்து): செலவழிச்சாச்சா?

வரத: ஆமாம்மா! அது வந்து என்ன ஆச்சுன்னா... ஒரு ப்ரபோஸலுக்கு ஜெராக்ஸ் பண்ணவேண்டியிருந்ததா... அப்புறம் பர்சனலா செலவினங்கள்! அதுக்கப்புறம் புதுசா ஒரு இண்டக்ரேடட் ப்ளான் ஒண்ணு சப்மிட் பண்ணி...

கல்யா (இதற்கெல்லாம் பழக்கப்பட்டவளாக): இப்ப கையில் செலவுக்குக் காசு இருக்கா, இல்லையா?

வரத: இல்லை!

கல்யா: (தன் பர்ஸைத் திறந்து) எவ்வளவு வேணும்?

வரத: என்ன, ஒரு நாப்பத்தஞ்சு ரூபா நாற்பது பைசா போதும்.

கல்யா (தன் பர்ஸிலிருந்து எடுத்துக் கொடுத்து): அம்மா... அம்மா... (உள் நோக்கிக் கூப்பிடுகிறாள்.) அப்பா, நீங்க இன்னும் சிகரெட் பிடிக்கிறீங்களா?

வரத: இல்லையே... எப்பவாவது ஒண்ணு, ஃப்ரெண்ட்ஸ்கூட!

கல்யா: ரொம்ப ஸ்வீட்டா பொய் சொல்றீங்க. அதான் உங்ககிட்ட பிடிச்சிருக்கு. (பணத்தைக் கொடுக்க) பையில முழு பாக்கெட் வில்ஸ்!

வரத: அம்மாகிட்ட சொல்லாதே... ஒரு வாரத்தில எனக்குப் பத்தாயிரம் ரூபா டிராஃப்ட் வரவேண்டியிருக்கு. துபாயி லேருந்து. திருப்பிக் கொடுத்துர்றேன்.

கல்யா: வேண்டாம்ப்பா... அம்பது ரூபாதானே!

அம்மா: (காபி கொண்டு வந்து கொடுக்கிறாள்.) என்ன, ரெண்டு பேரும் கணக்குப் போடறீங்க?

வரத: அதெல்லாம் அப்பா மகளுக்கிடையே எத்தனையோ கணக்கு, இல்லையா கல்யாணி? என்ன, காபி டம்ளர் மூஞ்சூறு மாதிரி சின்னதா இருக்கு. டம்ளரை மாத்தக்கூடாதானு எத்தனை தடவை சொல்லியிருக்கேன்.

அம்மா: காபிப்பொடி ஆயிடுச்சு.

கல்யா: அம்மா! இன்னிக்குச் சாப்பாடு காரியர் அனுப்ப வேண்டாம். நான் கிரியோட லஞ்சுக்குப் போயிட்டு அவங்க அப்பா, அம்மாவைப் பார்க்கறேன். பெசண்ட் நகர்லேயோ எங்கேயோ இருக்காங்களாம். அரை நாள் லீவு. அப்பாகிட்ட விவரமா எல்லாம் சொல்லிடு. எனக்கு டைம் இல்லை. பைப்பா! பைம்மா!

(கைக்கடிகாரத்தைப் பார்த்துக்கொண்டு வேகமாக வெளியேறு கிறாள். அப்பா இன்னும் அந்த ரூபாய் நோட்டைக் கையில் வைத்திருக்கிறார்).

அம்மா: மறுபடி அவகிட்ட பணம் வாங்கியாச்சா?

வரத (தன் கையில் உள்ள நோட்டைப் பார்த்து): அடுத்த வாரமே கொடுத்துடப் போறேன், டிராஃப்ட் வந்ததும். நீ காலங்கார்த் தாலேயே ஆரம்பிக்காதே. ஆமா, யாரு இந்த கிரி?

அம்மா: உங்ககிட்ட அவ சொல்லலையா?

வரத: ஏதோ அப்பப்ப இந்தப் பேர் காதில் விழும்.

அம்மா: நீங்கதான் ஊஞ்சல்ல உக்காந்தாச்சுன்னா எந்த ராஜா எந்தப் பட்டணம் போனாலும் பேப்பரை முடிக்கிறவரைக்கும் நகர்ந்து பார்த்ததில்லையே, பத்து வருஷமா.

வரத: நான் கேட்டது என்ன? கிரி யாரு... அப்பப்பா! எலக்ஷென் காரங்க மாதிரி எத்தனை பேசறே... பேசிப் பேசியே ஒரு நாள் காத்தாப் போயிடுவே நீ.

அம்மா: கிரிங்கறவன் பையன்! ஐ.ஐ.டி.யில... அது என்னவோ சொன்னாளே... அதா இருக்கான்.

வரத: ஆமா, அவனோட இவ எதுக்கு சாப்பிடறதுக்குப் போறா?

அம்மா: என்னமோ ஒண்ணும் தெரியாதமாதிரி கேக்கறீங்களே? அந்தக் கிரியைத்தான் இவ இன்னிக்குச் சாயங்காலம் கூட்டிக் கிட்டு வர்றதா சொல்லியிருக்கா. கேட்டு வெச்சுக்குங்க சரியா... என்ன இன்னொரு டோஸ் காபி உண்டாவா? டாக்டர் ஆகாதுன்னு சொல்லியிருக்கார்.

வரத: அவர் கிடக்கார்!

அம்மா: அப்ப கடைக்குப் போய் கால் கிலோ காபிப் பொடி வாங்கிட்டு வந்துடுங்க.

(அவள் உள்ளே சென்றதும்)

வரத: ஹூம்! வரதராஜன் கால் கிலோ காபிப் பொடி வாங்கிட்டு வர வேண்டியிருக்கு. (ஊஞ்சலைவிட்டு இப்போதுதான் இறங்கு கிறார். மேலேயிருந்து காரை பெயர்ந்து உதிர்கிறது. தட்டிக் கொண்டு) இந்த வருஷமாவது மராமத்து பண்ணிடணும். பத்தாயிரம் வந்ததும் முதல் செலவு. என்ன ஒரு ஸ்கீம்! இந்த முறை நிச்சயம் ஒப்புத்துக்கணும்.

(முணுமுணுத்துக்கொண்டே அவர் மனத்தின் ஏராளமான திட்டங்களில் ஒன்றைத் தனக்குள் விமரிசித்துக்கொண்டு கிளம்புகிறார். அப்போது அவர் நண்பர் கோபாலன் வருகிறார்.)

கோபாலன்: என்ன, புதுசா ஏதாவது ஸ்கீமா?

(கோபாலனுக்கு வீட்டில் பிடுங்கல் அல்லது பொழுதுபோகாத காரணத்தால் இங்கு வந்திருக்கிறார். சுதந்தரமாக பேப்பரை எடுத்து வைத்துக்கொண்டு உட்கார்கிறார். வரதராஜனுக்குப் பேச ஆள் கிடைத்துவிட்டால், உடனே ஊஞ்சலில் உட்காருகிறார்.)

வரத: வா கோபாலா! சாப்பிட்டாச்சா?

கோபா: ஆச்சு! எல்லாம் பெருமாள் தயவால.

வரத: ஆமாம்! இன்னிக்குக் கோபாலன் மோர்க்குழம்பு சாப்பிடணும்னு பெருமாளுக்குக் கவலை.

மனைவி: காபி சாப்பிடறீங்களா? (உள்ளே வருகிறாள்.)

கோபா: குடுத்தா வேணாங்கலை.

மனைவி: அப்ப இவர்கூடப் போய் காபிப்பொடி வாங்கிட்டு வாங்க!

கோபா: அப்படி அத்தியாவசியம் இல்லை.

வரத: அவன் இப்பதான் வந்திருக்கான். கொஞ்சநேரம் பேசிண்டிருந்துட்டு அப்புறம் காபிப் பொடி வாங்கப் போகலாம். என்ன, உன் பேரன்கிட்டேருந்து ஏதாவது நியூஸ் உண்டா?

கோபா: நோ நியூஸ் இஸ் குட் நியூஸ்... நீங்களாப் போய் கால் கிலோ காபிப் பொடி வாங்கிட்டு வர்றீங்க?

வரத: ஆமாம்! காலம் எப்படி மாறிடுச்சு பார்!

கோபா: உம்! இதே வீட்டில தூணுக்குத் தூண் வேலைக்காரங்க நிப்பாங்க.

வரத: உச் (அலுப்பு).

கோபா: உங்க முதல் சிஸ்டர் கல்யாணத்தப்போ அண்டால காபி போட்டுக்கொண்டானு நீங்க சொன்னது இப்பக்கூட ஞாபகம் இருக்கு.

வர: இப்ப சொன்னா யாரும் நம்ப மாட்டாங்க.

கோபா: இதே ஊஞ்சல்ல கவர்னர்... யாரு? பிரகாசாவா... அவர் உக்கார்ந்து ஒருமாதிரி அபத்திரமா ஆடிப் பார்த்துக்கிட்டார்!

வரத (பின்பக்கத்துச் சுவரைக் காண்பித்து): போட்டோ இருக்கு. அதெல்லாம் பாரதியார் சொன்னாப்பல பொய்யாய்ப் பழங்கதையாய்ப் போயிடுச்சு கோபாலா. இப்ப இந்தக் காலத்தில மூளைக்கு மதிப்பே இல்லை. ஒரு இண்டக்ரேட் ப்ளாண்டுக்கு இண்டஸ்ட்ரியல் லைசென்ஸ் கேட்டு ஒரு ஸ்கீம் தயாரிச்சு பாங்க் லோனுக்கு அப்ளை பண்ணி எத்தனை நாளாச்சுஙகறே...

கோபா: உங்க ஜீனியஸைப் புரிஞ்சுக்கறதுக்கு அவங்களுக்குத் தகுதியே கிடையாதே முதல்ல.

வரத: அதுக்காக நான் ஒண்ணும் மனசு ஒடிஞ்சு போகலை கோபாலா. அதான் மத்தபேருக்கும் எனக்கும் வித்தியாசம். இன்னும் எத்தனை ஸ்கீம் வெச்சிருக்கேன் தெரியுமா?

கோபா: எங்கே?

வரத (தன் தலையைத் தட்டிக்காட்டி): இங்கே...

கோபா: அடடா! (சரியான விசிறி என்பது தெரிகிறது.)

வரத: ஒரு பதினஞ்சாயிரம் ரூபா போதும் கோபாலா. உடனே மாடல் தயார் பண்ணி அதை நிரூபிச்சுக் காட்டிருவேன். நான் ஏதோ நடக்க முடியாததைப் பேசறேன்னு நினைக்காதே... (அலமாரிக்குப்போய் ஒரு ஃபைலைத் தூசு தட்டி எடுத்து வந்து) இந்த ப்ளாக் டயக்ரத்தைப் பாரு...

கோபா (தன்னைப் பணம் கேக்க கூடும் என்று சற்றே விசனப்பட்டு): அப்ப நான் கிளம்பட்டுமா. இதெல்லாம் எனக்கு எங்கே புரியப்போறது?

வரத: இரு இரு! உன்னை நான் பணம் கேக்கலை. துபாய்ல நம்ம கிருஷ்ணமூர்த்தி எமிரேட் ஏர்லைன்ஸ்ல இருக்கான். அவன் கிட்ட இந்த ஸ்கீம் விவரம் அனுப்பியிருந்தேன். அவன் ஒரு வெள்ளைக்கார இன்ஜினீயர் கிட்டக் காட்டியிருக்கான். அவர் பிரமிச்சுப்போய், 'ரொம்பப் பெரிய விஷயம். இதுக்கு இங்கே அரபு கண்ட்ரிஸ்ல நிறைய டிமாண்ட் இருக்கும்'னு ரொம்ப

எங்கரேஜிங்கா எழுதியிருந்தார். அவரையே பத்தாயிரம் கேட்டு கடிதம் எழுதியிருக்கேன். எந்த நேரமும் டிராஃப்டை எதிர் பார்க்கிறேன்.

கோபா: என்ன வரதராஜன்! நீங்க எதுக்கு துபாய்க்குப் போய் பணம் கேக்கணும். உங்களால பதினஞ்சாயிரம் புரட்ட முடியாதா?

வரத: முடியலையே?

கோபா: நீங்க கேக்கமாட்டீங்க! இன்னைக்கு மெட்ராஸ்ல இருக்கற பணக்காரங்க, பெரிய மனுஷங்க பாதிப்பேர் உங்க கீழ் அப்ரெண்டிஸா இருந்து அல்லது உங்களால ஏதாவது நல்ல காரியம் செய்யப்பட்டவங்க இல்லையா?

வரத: அதெல்லாம் இப்ப யார் ஞாபகம் வெச்சுக்கறா கோபாலா!

கோபா: மதிவதனம் இருக்கானே. 'செயின் ஸ்டோர்ஸ்' வச்சுக்கிட்டுக் கொழுக்கிறான்... கோட்டீஸ்வரன். பீச் ரிஸார்ட் என்ன, ரியல் எஸ்டேட் என்ன...

வரத: அந்த பீச் ரிஸார்ட் ஐடியாவைக் கொடுத்ததே நான்தான் கோபாலா. திருவான்மியூர்ல சரியா ஐயாயிரத்துக்கு ஒம்பது ஏக்கர் வாங்கிக் கொடுத்தேன். 'இதை டெவலப் பண்ணு. ஃபவுண்டேஷன் போட உறுதியா இருக்கு'னு சொல்லி நான்தான் ஸேல் டீடையே செட்டில் பண்ணி வெச்சேன்... இப்பப் பாரு!

கோபா: மதிவதனத்துக்கு ஒரு போன் போட்டாலே போதுமே, இல்லை, நம்ம செக்ரட்டரி இருக்கார், ராமநாதன் இல்லை, பாண்டுரங்கம் எல்லாரும் உங்க நிழல்லேருந்து புறப்பட்டவங்க தானே!

வரத: இந்த மதிவதனம் இன்னைக்குக் கோடிக் கணக்கில் பெறுவான் இல்லை!

கோபா: நிச்சயமா!

வரத: எங்கிட்ட அசிஸ்டெண்ட் ஃபோர்மேனா இருந்தாம்பா.

கோபா: பாருங்க வரதராஜன்... உங்கவிரல் சொடுக்கில் இவங்க அத்தனை பேரும் கூப்பிட்ட குரலுக்கு வருவாங்க. எடுங்க போனை. (வரதராஜனின் மனைவி அங்கு வருகிறாள்.)

மனைவி: போன் வொர்க் பண்ணலை. (அவர்கள் பேசுவதைக் கேட்டுக்கொண்டு வந்திருக்கிறாள் என்பது தெரிகிறது.) மாமா நீங்க பாட்டுக்கு ஏதாவது சொல்லிட்டுப் போயிடாதீங்க. அவர்களுக்கெல்லாம் இவரை ஞாபகம் இருக்காது.

கோபா: அப்படிச் சொல்லக்கூடாது. இவர் போய்க் கேக்க மாட்டார்.

மனைவி: இந்த மதிவனம் இதே வழியா எத்தனையோ தடவை கார்ல போயிட்டிருக்கான்... இவர் இங்கே இருக்கார்னு தெரியாதா? ஒரு தீபாவளி புதுவருஷம்னு வருஷத்துக்கு ஒருமுறை மரியாதைக்கு வந்து பார்த்துண்டா! நானே அவங்களை யெல்லாம் அதட்டியிருக்கேன். இதே தூண் பக்கத்தில கூப்பிட்ட குரலுக்குக் காத்துண்டிருப்பான். பார்த்திருக்கேன். 'அண்ணி அண்ணி'னு குழைவான்.

வரத: அவன்லாம் இப்ப ரொம்ப பிஸி! ஆனா, ஒரு தடவை ஒரு கல்யாணத்தில பார்த்தப்ப, 'வரதராஜன் சார், உங்களுக்கு எப்ப எது தேவைன்னாலும் ஒரே ஒரு போன் கால் போடுங்க. போதும்'னு கார்டு கொடுத்தான்.

கோபா: நீங்க கவலைப்படாதீங்க. நான் போன் பண்ணி அவனை வரச்சொல்றேன்.

வரத: வேண்டாம் கோபாலா! நானே தேவைப்பட்டா போறேன். இந்த துபாய் டிராஃப்ட் வரலேன்னா அவன்கிட்டான் போகலாம்னு இருக்கேன்.

கோபா: அப்ப வரட்டுமா... ஏதாவது உதவி வேணுமா? நாங்க எல்லாரும் உங்களால் உருவாக்கப்பட்டவங்கதான் இல்லையா... போன் பில் கட்டட்டுமா?

மனைவி: அதைக் கல்யாணி கட்டிக்கறேன்னுட்டா...

கோபா: அப்போ நான் வரேன்...

மனைவி: அது என்ன துபாய் டிராஃப்ட்?

வரதராஜன்: துபாய்ல நம்ம கிருஷ்ணமூர்த்தி இருக்கானே... அவனுக்கு ஒரு லெட்டர் எழுதியிருக்கேன், பத்தாயிரம் ரூபா அனுப்பச் சொல்லி...

மனைவி: எதுக்கு?

வரத: வீட்டுச் செலவுக்கு இல்லை! ஒரு ப்ரொட்டோடைப் பண்ண.

மனைவி (அலுப்புடன்): இன்னொரு ப்ரொட்டோடைப்பா... கிருஷ்ணா!

வரத (கோபமாக): என்ன?

மனைவி (சற்றே பயத்துடன்): அதான் பின்கட்டு பூராவும் பாதி பாதியா உங்க ஐடியாவெல்லாம் கிடக்கே.

வரத: எல்லாம் வேஸ்ட்டுங்கறியா?

மனைவி: நான் எப்படிச் சொல்ல முடியும்? எனக்கு என்ன தெரியும்?

வரத: அதானே... உனக்கு ஏதாவது இந்த சப்ஜெக்டைப் பத்தித் தெரியுமா?

மனைவி: நான் தெரியும்னு சொல்லிக்கலையே!

வரத: அப்போ வாயை மூடிண்டு பேசாம இரு!

மனைவி: முப்பது வருஷமா வாயை மூடிண்டு இருந்தாச்சே!

வரத (கோபம் அடங்காமல்): நான் என்ன ஃபெயிலியரா? நான் சம்பாதிக்கலையா... சொல்லு, நான் சம்பாதிக்கலையா?

மனைவி: யார் இல்லேன்னா... ஸ்திரமா ஒரு வேலைக்குப் போகலையே தவிர...

வரத: இந்த வீட்டில எத்தனை பசு மாடு கட்டியிருந்தது?

மனைவி: எப்போ சொல்றேள்?

வரத: நம்ம ராஜம் கல்யாணத்தின்போது.

மனைவி: அதெல்லாம் தீர்ந்துபோன விஷயம்!

வரத: கேட்ட கேள்விக்குப் பதில் சொல்லு... எத்தனை பசுமாடு?

மனைவி: நாலோ, அஞ்சோ...

வரத: எத்தனை மூட்டை நெல்லு கொட்டியிருக்கும்?

மனைவி: அவ்வளவு கரெக்டா ஞாபகம் இல்லை.

வரத: எத்தனை ஆளு, எத்தனை காரு, ராஜத்தின் கல்யாணத்துக்கு எத்தனை பவுன் தங்கம்? யார் பாண்டு வாசிச்சா? சின்னி கிருஷ்ணன். காருக்குறிச்சி நாகஸ்வரம், அரியக்குடி ராமானுஜ ஐயங்கார் கச்சேரின்னு அமர்க்களப்படலியோ?

மனைவி: இப்போ கால் கிலோ காபிப் பொடி வாங்கிண்டு வந்துட்டீங்கன்னா...

வரத: நான் என்ன செல்வத்தையும் சுகத்தையும் பார்க்காதவனா? லட்சக்கணக்கில சம்பாதிக்காதவனா? ஏதோ இப்பக் கொஞ்சம் தசை சரியில்லை. ஒரு பாட்ச் மாதிரி இருக்கு. அதனாலே என்னாலே மறுபடியும் சம்பாதிக்க முடியாதுங்கறியா? (மேஜையிலிருந்து ஸ்கேமை எடுத்துத் தட்டிக்காட்டி) இது என்னங்கறே... என்னது இது? பத்தாயிரம் ரூபா போட்டு ப்ரொட்டோடைப் பண்ணிட்டு ப்ரூவ் பண்ணிட்டா அரப் கண்ட்ரீஸெல்லாம் காத்திண்டிருக்கான் தெரியுமோ... ஒரு வருஷத்துல நாற்பது லட்சம் ஆர்டர் வரும் தெரியுமா?

மனைவி: யார் இல்லேன்னா?

வரத: சம்பாதிச்சுப் போட்டதையெல்லாம் மறந்துற்றது. செல வழிச்சதெல்லாம் மறந்துற்றது. இன்னைய தேதிக்கு இந்த நிமிஷத்துக்கு அவன் எப்படி இருக்கான், அதை வெச்சுத்தான் மதிப்பு, இல்லையா?

மனைவி: சேச்சே! அப்படி யார் சொன்னா? உங்களால எட்டு ஊருக்குச் சம்பாதிக்க முடியும். நான் இல்லேங்கலே. அடுப்பில் ரசத்தை வெச்சிருக்கேன்.

(அவசரமாகப் போகிறாள். அவள் போனதும் வரதராஜன் மெல்ல தனக்குள் பேசிக் கொள்கிறார்).

வரத: எல்லாருக்கும் படுவேகமாக ஒரு ஞாபக சக்தி. எத்தனை நகை, எத்தனை பணம், எத்தனை சேவகர்கள், பச்... இன்னிக்கு நீ யாரு... அதைத்தான் எல்லாரும் பார்க்கறா! (மெல்ல மெல்ல அவர் வாய்க்குள் ஆதங்கங்களை முணுமுணுத்துக்கொண்டு விரலால் ஏதோ ப்ளான் போட்டுக்கொண்டு அந்த ஃபைலைத் துரசு

தட்டிப் பிரித்துத் தன் ஸ்கீம் மேல் தட்டி) இது மட்டும் சக்ஸஸ் ஆகட்டும்...

(அப்போது அவர் புதல்வி கல்யாணி உள்ளே வருகிறாள், அதே ஆபீஸ் உடையில். வரதராஜன் அவள் வந்ததைக் கவனிக்காமல் இன்னமும் தன் எண்ணங்களிலேயே மூழ்கியிருக்கிறார்.)

கல்யாணி: டெலிபோன் பில்லை எடுத்துண்டு போறதுக்கு மறந்துபோயிட்டேன். அப்பா, அதை எங்கே வெச்சீங்க?

வரத (தன் சிந்தனைச் சுழலிலிருந்து கலைக்கப்பட்டவராக): ஹஃம்! நீ எப்படி இங்கே?

கல்யா: டெலிபோன் பில். போஸ்ட் ஆபீஸ் வரைக்கும் போனேன். கிரிகிட்ட கொடுத்தாக் கட்டிடுவார் பில்லை. எடுத்துண்டு போக மறந்தாச்சு... என்னவோ எனக்கு உங்களைப் போல ஞாபக மறதி.

வரத: இந்த கிரி யாரு?

கல்யா: என் ஃப்ரெண்டுப்பா!

வரத: ஆபீஸ் ஃப்ரெண்டா?

கல்யா: இல்லை... ஐ.ஐ.டி.யில இருக்கார் - ரிஸர்ச் ஸ்காலர்.

வரத: இன்ஜினீயரா?

கல்யா: ஆமாம்... கம்ப்யூட்டர் சயன்ஸுல!

வரத: அவர்கிட்ட இந்த ஸ்கீமைக் கொடுத்துட்டு இதைப் பத்தி டிஸ்கஸ் பண்ணுணும்னு சொல்லு.

கல்யா: அவரையே இன்னிக்கு சாயங்காலம் அழைச்சுண்டு வரப்போறேன்... அம்மா சொல்லலையா?

வரத: உங்கம்மாவுக்கு ஒண்ணுமே ஞாபகம் இருக்காது. 'ராஜம் கல்யாணத்தின்போது எத்தனை பவுன் சவரன் எடுத்தோம்... ஞாபகம் இருக்கா?'னு கேட்டேன். இன்னைக்கு என்ன கிழமை, தேதி எதுவுமே ஞாபகம் இல்லைங்கறா.

மனைவி (உள்ளே வந்து): உங்களுக்கு வெந்நீர் எடுத்து வெச்சிருக்கேன்... குளிச்சிடுங்கோ! இவ எப்போ வந்தா?

கல்யா: டெலிபோன் பில்லை எடுத்துண்டு போக மறந்துட்டேன். ஆபீஸுக்கு ஏற்கெனவே லேட்டு. அரைநாள் லீவு போடப் போறதா இருந்தேன்... இப்போ முழுசாவே போட்டுடலாமா'ன்னு திரும்பி வந்துட்டேன்... அம்மா! நீ அப்பாகிட்ட கிரியைப் பத்திச் சொல்லவே இல்லையா?

மனைவி: எங்கே அவர் என்னைப் பேசவிட்டாத்தானே... நீயே சொல்லிடு கல்யாணி.

கல்யா: சரி...

மனைவி: கல்யாணி!

கல்யா: என்னம்மா?

மனைவி: அப்பா குளிக்கப் போயிட்டாரா?

கல்யா: போயாச்சு!

மனைவி: அவரைப் பத்திக் கவலையா இருக்கு எனக்கு.

கல்யா: ஏம்மா?

மனைவி: ரொம்ப தனக்குத்தானே பேசிக்கறார். இப்பல்லாம் ராத்திரி மூணு மணிக்கு எழுந்துற்றார். கொட்டு கொட்டுன்னு அப்புறம் முணுமுணுக்கறார். நான் ஏதோ சகஸ்ரநாமம்தான் சொல்றாராக்கும்'ணு இருந்தேன். ஒரு நாள் உத்துக் கேட்டா ப்ரொட்டோடைட், ஸ்கீம், ரிட்டர்ன் ஆன் இன்வெஸ்ட்மெண்ட் அப்பிடின்னு அவர் மண்டைக்குள்ள நூறு யோசனை இருக்கு பாரு... அதையெல்லாம்தான் தனக்குத்தானே பேசிக்கிறார்.

கல்யா: பேசிட்டுப் போகட்டும்மா...

மனைவி (அவரைப் பற்றிய கவலையுடன்) அவருக்கு உடம்பு சரியா இல்லேன்னு நெனக்கிறேன்.

கல்யா: இல்லேம்மா! ஹி இஸ் ஆல்ரைட்! சில பேருக்கு அப்படித்தான் தனக்குள்ளேயே பேசிக்கிற வழக்கம் இருக்கும். நானே பல முறை தெருவிலே போறப்போ மனசுல பேசிப்பேன். என்ன என்னவோ பகல் கனவெல்லாம் காணுவேன்... நீ?

மனைவி: அது சரி! அந்தப் பையன்கிட்ட சொல்லிட்டியா?

கல்யா: கிரிகிட்டயா... சொல்லியாச்சு! அது ரொம்பச் சமத்து! 'நீ என்ன சொன்னாலும் கேக்கறேன்'னுடுத்து.

மனைவி: எதுக்கும் அவா அப்பா அம்மாவையும் வெச்சுப் பேசிடறது நல்லது இல்லையா?

கல்யா: அதுக்குத்தான் இன்னைக்கு லஞ்சுக்கு அவா வீட்டுக்குப் போறேன்னேன். அப்பாவைப் பத்திக் கவலைப்படாதே. அவர் எப்பவுமே அப்படித்தான்.

மனைவி: எப்பவுமே அப்படியில்லை. தங்கை கல்யாணத்துக்கு எத்தனை பவுன் நகை போட்டேன்னு என்னைக் கேட்டார். இப்ப ஒரு குந்துமணி இல்லை. எல்லாரும் சேர்ந்து மொட்டை அடிச்சாச்சு. இப்ப தங்கைகள்ளாம் எங்கே இருக்கானுகூடத் தெரியலை.

கல்யா: அம்மா... அதை நீ சொல்லிக் காட்டக்கூடாது!

மனைவி: நான் ஏன் வாயைத் திறக்கறேன். எத்தனை சம்பாதிச் சார்னு எனக்குத் தெரியும். எத்தனை கோட்டை விட்டார்னும் தெரியும். தங்கைகள் கல்யாணத்துலே கோட்டை விட்டாச்சு... சொந்தப் பொண்ணுக்குப் பணம் வெச்சிருக்கியா?

கல்யா: சேத்து வெச்சிருக்கேம்மா, ஒரு ரெண்டு மூணு ஃபிக்ஸட் டெபாஸிட்டா. நாங்க ஒண்ணும் அப்படிச் செலவழிக்கப் போற தில்லை.

மனைவி: என்னவோ எனக்கு அது சரியாப் படலை!

கல்யா: எதும்மா?

மனைவி: எப்ப பார்த்தாலும் உன்னையே காசு கேக்கறது; உன் சம்பாத்தியத்துலே இந்தக் குடித்தனம் நடக்கறது; எதுவுமே எனக்குப் பிடிக்கலை. ஸ்கீம் போடறேன், ஸ்கீம் போடறேன்னு தபாலுக்கே நூறு, அம்பதுன்னு செலவழிக்கிறார். வெட்டிச் செலவு, வெத்திலை பாக்குச் செலவு, பேருக்கும் பேர் காபி... எந்த வேளையில் யார் வந்தாலும் சாப்பாடு...

கல்யா: அப்பாவுக்கு அப்படி இருந்தே, தாராளமா செலவழிச்சே பழக்கம்மா. முடிஞ்ச வரைக்கும் சமாளிக்கலாம். முடியலைன்னா சொல்லிடலாம். இப்ப சண்டை போடாதே, ஏதும் சொல்லாதே.

மனைவி: நீ எதுக்கும் அவர்கிட்ட கட் அண்ட் ரைட்டாப் பேசிடறது நல்லது. இல்லேன்னா அந்தப் பிள்ளையாண்டானை இங்கே கூட்டிண்டு வா. நான் சொல்லிடறேன்.

கல்யா: வேண்டாம்மா! அதுக்கு அவசியமே இருக்காது. நீ கிரியைப் பார்க்கலை இல்லையா? ஹி இஸ் ஸோ ஸ்வீட். நான் எ...து சொன்னாலும் அப்படியே ஏத்துக்கும் அது.

மனைவி: என்ன அது, இதுன்னு அஃறிணையிலே பேசறே?

கல்யா (சிரித்து): அம்மா... இப்ப அதான் ஃபாஷன்! நான் வரேன். அப்பாகிட்ட சொல்லிடு.

வரத: (குளித்துவிட்டுத் துவட்டிக்கொண்டு வருகிறார்.) என்ன, கிடைச்சுதா பில்லு? ஸாரி! அதைக் கட்டறதுக்கு மறந்து போய்ட்டேன்... பாரு கல்யாணி! (அலமாரியிலிருந்து ஒரு நாற்பது பக்கம் நோட்டுப் புத்தகத்தை எடுத்துப் பிரித்துக் காட்டுகிறார்.) உனக்குக் கொடுக்க வேண்டிய பணம் எல்லாத்துக்கும் இன்னைய தேதிவரைக்கும் கணக்கு வெச்சிருக்கேன். எல்லாத் தையும் ஸ்கீம் அப்ரூவ் ஆகிக் கொஞ்சம் ஓர்கிங் காப்பிட்டல் வந்ததும் பலமடங்காத் திருப்பித் தந்துருவேனோல்லியோ.

கல்யா: தந்துருவீங்க அப்பா!

வரத: உனக்கு உங்கப்பாவோட திறமையிலே நம்பிக்கை இருக்கா, இல்லையா?

கல்யா: நிறைய நம்பிக்கைப்பா!

வரத: (மனைவியிடம்) கேட்டுக்கோ!

மனைவி: நான் என்ன, எப்பவாவது உங்களால முடியாதுனு சொன்னேனா?

வரத: அப்பப்போ சொல்லிக் காட்டறே... எனக்குத் தெரியாதா?

மனைவி: ஐயோ, இது என்ன வம்பா இருக்கு.

வரத: எல்லாரும் எனக்குப் பின்னாலிருந்து கேலி பண்றேல். 'கிழவன் உளர்றான், அவனால எதுவுமே முடியாது'னு. இதோ, இவ ஒருத்திதான் அப்பாவை முழுசா உணர்ந்தவ. (மனைவியும் மகளும் ஒருவரை ஒருவர் பார்த்துக்கொள்ள, கல்யாணி 'சும்மா

இரு, இப்பப் பேசாத' என்று சைகை செய்கிறாள்) இரண்டு பேரும் ஜாடையாப் பேசிக்கறதும் எனக்குத் தெரியறது.

மனைவி: சண்டைக்குக் காலைப் பிராண்டறார். அதுக்குள்ள போயிடறேன்... எனக்கு அடுப்பில காரியம் இருக்கு.

கல்யா: அப்பா... சாயங்காலம் எங்கேயும் போயிடாதீங்க... கிரியை அழைச்சுண்டு வரப்போறேன்.

வரத: அந்த ஐ.ஐ.டி. ஆசாமியா?

கல்யா: ஆமாம்பா. (போகிறாள். அவள் போவதைக் கவனிக்காமல் வரதராஜன் அலமாரிக்குப் போய் ஸ்கீம் ஃபைலை எடுத்து) அவரை இந்த ஸ்கீமைக் கொஞ்சம் பார்த்துச் சொல்லு, டிஸ்கஸ் பண்ண... (நிமிர்ந்து) போயிட்டியா? (மறுபடி அந்தத் திட்டத்தின் பக்கங்களைப் புரட்டி) ஃபர்னஸ் ஆயில் கால்குலேஷன் சரியாப் போட்டேனா? (ஊஞ்சலில் உட்கார்ந்து சற்று நேரம் யோசித்த படியே ஆடுகிறார்)

காட்சி 2

ஒரு ரெஸ்டாரண்டின் மேஜை அருகில் நான்கு பேருக்கு நாற்காலிகள் போடப்பட்டிருக்கின்றன. பெரும்பாலும் இருட்டாக இருக்க, மேஜைக்கு அருகில் குட்டையாக விளக்கு தொங்குகிறது. 'ராஜ்ஜா' என்ற பாட்டு, பின்னணியில் சற்றே தூக்கலாக ஒலிக்கிறது. சீருடையில் ஒரு வெயிட்டர் வந்து அகலமான மெனுவைக் கொடுக்கிறார். கிரிதரும் கல்யாணியும் அருகருகே உட்கார்ந்துகொண் டிருக்க, அவர்களுக்கிடையில் சாதாரணத்துக்கும் அதிகப்பட்ட நெருக்கம். ஒருவருக்கொருவர் பட்டுக்கொள்வதிலும் தொட்டுக்கொள்வதிலும் அந்நியோன்னியம் தெரிகிறது. கிரிக்கு இருபத் தெட்டு வயசு இருக்கும். ஷேவ் செய்வது பற்றியோ தலை வாருவது பற்றியோ அதிகம் அக்கறையில் லாதவன் என்றாலும், அவன் தோற்றத்தில் ஒருவிதமான தன்னம்பிக்கையும், படபடப்பும், உலகை விலைக்கு வாங்கும் உத்தேசமும் தெரிகின்றன.

கிரிதர்: இந்தப் பாட்டுச் சத்தத்தைக் கொஞ்சம் குறைக்கச் சொல்லுங்களேன். இப்பெல்லாம் தமிழினமே, சமுதாயமே ரொம்ப உரத்த குரல்ல இருக்குது இல்லையா?

வெயிட்டர்: யுவர் ஆர்டர் சார்?

கிரி: இன்னும் ரெண்டு பேருக்காகக் காத்திட்டிருக்கோம். அவங்க வந்ததும் ஆர்டர் கொடுக்கறேம்ப்பா.

வெயிட்டர்: இன் தி மீன் டைம் எனிதிங் டு ட்ரிங் சார்?

கிரி: இல்லேப்பா! (அவன் மெனு கார்டை எடுத்துக்கொண்டு சென்றதும் அவனைப் போலவே பேசிக் காட்டுகிறான்.) இன் தி மீன் டைம் எனிதிங் டு ட்ரிங் சார்? என்ன இங்கிலீஷ் வேண்டிக்கிடக்கு? அவனும் தமிழன், நானும் தமிழன்!

(கன்னத்தில் கை வைத்துக்கொண்டு அவனையே பார்த்துக் கொண்டிருக்கிறாள் கல்யாணி.)

கிரி: என்னது, பட்டிக்காட்டான் ஜெயலலிதாவைப் பார்க்கற மாதிரி பார்த்துக்கிட்டே இருக்கே? இப்பல்லாம் ஆன்லி ஸின்னு லாங்வேஜி ஸ்டாண்டர்டைஸ் பண்ணிட்டான் தெரியுமோ?

கல்யா: இது மட்டும் இங்கிலீஷ் இல்லையா?

கிரி: கம்ப்யூட்டர் சயன்ஸுக்கு அங்கங்கே இங்கிலீஷ் வார்த்தை போடலேன்னா ஜுரம் வந்துரும்... என்னது! கல்யாணத்துக்கு முன்னாலேயே இந்த வாரு வார்றியே? நிச்சயதார்த்தம் கான்சல் போ! கல்ஸ்! உங்கப்பாவைப் பத்தி என்னவோ சொல்லணும்னியே?

கல்யா: பெரிசா ஏதும் இல்லை கிரி. கல்யாணம் ஆனப்புறமும் நான் எங்க அப்பா அம்மாவுக்குப் பணம் கொடுக்க வேண்டி வரும்.

கிரி: ஆமா... உங்கப்பாவுக்கு பென்ஷன் வகையறாக்கள் கிடையாதா? சும்மா கேட்டேன்.

கல்யா: எங்கப்பா அவர் வாழ்நாள்லே ஒருத்தருக்குச் சேவகம் பண்ணினதில்லை. நிறைய சம்பாதிச்சார். நிறைய செலவழிச் சார். எல்லாம் தங்கைகள் கல்யாணத்துலே விட்டுட்டார்.

கிரி: அதனால நீ... அதாவது நாம... அவரை சப்போர்ட் பண்ணணும்கறே... சரி, உன் விருப்பப்படியே செய்... ரொம்ப உத்தமமான காரியம்.

கல்யா: உங்க அப்பா அம்மாகிட்டயும் ஒரு வார்த்தை இப்பவே சொல்லிடறது நல்லது இல்லையா?

கிரி: சொல்லிடலாம்... இது அவங்க சம்பந்தப்படாத விஷயம்... இருந்தாலும் உன்னைத் திருப்திப்படுத்தறதுக்காக வேணும்னா சொல்றேன். எங்கப்பா இதுக்கெல்லாம் கவலைப்படவே மாட்டார். எங்கம்மா வாயைத் திறக்கமாட்டாங்க. எத்தனை நாளைக்கு இந்த மாதிரி சப்போர்ட் பண்ண வேண்டி வரும்?

கல்யா: அவர் ஏதோ திட்டம் ஒண்ணு வெச்சிருக்கார். அதை உங்ககிட்ட காமிக்க ஆவலா இருக்கார்.

கிரி: சொத்து ஏதும் இல்லையா? சும்மாத்தான் கேட்டேன்...

கல்யா: ஒரு வீடு இருக்கு. அதை அடமானம் வெச்சுட்டார்னு நெனைக்கிறேன். விவரமாக் கேட்டு வெச்சுக்கலை. எப்படியும் சில வருஷங்களுக்காவது அவங்களை நாம சப்போர்ட் பண்ண வேண்டி வரும்!

கிரி: அதனால என்ன... பரவாயில்லை... நிச்சயமா எனக்கு எந்த ஆட்சேபணையும் இல்லை...

கல்யா: உங்க பேரண்ட்ஸ்?

கிரி: இது நம்ம வாழ்க்கை! பங்கு போடறதும் நம்ம பணம்! எங்கப்பாவை நீ சந்திக்கலையே... உனக்கு அவரைப் பிடிக்கும்.

கல்யா: அம்மா?

கிரி: ஹூம்! ஸோ... ஸோ... இந்தக் கல்யாணத்தில கொஞ்சம் அப்ஸெட் ஆயிருக்காங்க. போகப் போகச் சரியாப் போயிடும். உன்னைப் புரிஞ்சிக்கிட்டப்புறம். தெரிஞ்சிக்கிட்டப்புறம். ஆமா, ரெஜிஸ்டிராருக்கு மனு ஏதோ போடணும்னியே?

கல்யா: எல்லாம் ஆயிடுத்து.

கிரி: என்னிக்குக் கல்யாணம்? டை எல்லாம் கட்டிக்க மாட்டேன்.

கல்யா: வர வெள்ளிக்கிழமை வெச்சுக்கலாம். நான் இன்னும் அப்பாகிட்ட முழுசாச் சொல்லலை. அம்மா பயப்படறா.

கிரி: அதோ, என் பேரண்ட்ஸ் வந்துட்டாங்க...

(கிரியின் அப்பாவும் அம்மாவும் தேடிகொண்டு வருகிறார்கள். கிரி, 'இங்க இருக்கோம், வாங்க' என்று வாயில் விரல் வைத்துச் சீழ்க்கை அடிக்கிறான். கல்யாணி அவனை அதட்டலாகப் பார்த்து அக்கம் பக்கம் பார்க்கிறாள். கிரியின் அப்பா சஃம்பாரி ஸூட் அணிந்து உற்சாகமாக இருக்கிறார். வயது அறுபது இருக்கலாம். அம்மா அவருக்கு இளமையாக இருக்கிறாள். ஃப்ரேம் போட்ட கண்ணாடி அணிந்து, வந்ததிலிருந்து கல்யாணியையே பார்த்துக்கொண்டிருக்கிறாள். அதிகம் பேசாதவள்.)

அப்பா: ஹாய்! நீதான் அந்தப் பொண்ணா? உன் குரலை எத்தனை தடவை டெலிபோன்ல கேட்டிருக்கேன். பேர் என்ன சொன்னே?

கிரி: அப்பா... இவதான் கல்யாணி... அம்மா... இவதான் கல்யாணி. கல்யாணி, மை பேரண்ட்ஸ்! (கல்யாணி இருவரையும் பதற்றத்துடன் வணங்குகிறாள்.)

அப்பா: உனக்கு இன்னமும் கல்யாணம் ஆகலைதானே?

கல்யா (சற்று பயத்துடன்): இல்லை சார்! உக்காருங்கோ. (எழுந்து நிற்கிறாள். நின்றதில் தம்ளர் சரிகிறது) ஸாரி... மேலே பட்டுடுத்தா?

அப்பா: பாண்ட் நனைஞ்சு போயிடுச்சு. இவ்வளவு வயசாகியும் இந்தப் பழக்கம் போகலைன்னு நினைப்பாங்க! பரவாயில்லை.

(துடைத்துக் கொள்கிறார். அம்மா அவளையே பார்த்துக் கொண்டிருக்க, கல்யாணி இப்போது முழுமையாகப் படபடப்பில் இருக்கிறாள்).

கிரி (சமாளிக்கும் வகையில்): என்னம்மா சும்மா இருக்கே... ஏதாவது பேசேன்?

அம்மா: நான் பேச என்ன இருக்கு?

அப்பா: ஏதாவது பேசலாமே... கமலஹாசன், பாரதியார் கோர்ப்ச்சேவ், கொல்லங்குடி கருப்பாயி எவ்வளவு இருக்குது?

அம்மா: அதாவது இந்தக் கல்யாணத்தைத் தவிர எதைப் பற்றி வேணுமானாலும் பேசலாம், இல்லையா?

கல்யா: இல்லேம்மா... கல்யாணத்தைப் பத்தியும் பேசலாம், அதில ஏதும் தயக்கமோ ஒளிவுமறைவோ இல்லை.

வெயிட்டர்: (வந்து மெனு கார்டை நீட்டி) யுவர் ஆர்டர் சார்?

அப்பா: முதல்ல எல்லோருக்கும் சூப் கொண்டு வாங்க. அப்புறம் ஆளுக்கு ஒரு சன்னா பட்டுரா! கல்யாணி... உனக்கு சன்னா பட்டுரா பிடிக்கும் இல்லையா? இவன் சொல்லியிருக்கான்... உனக்கு? (மனைவியைப் பார்க்கிறார்).

அம்மா: எனக்குப் பிடிக்காது. என்னை யாராவது அபிப்பிராயம் கேட்டாத்தானே? ஆமா கிரிதர்! எங்கேப்பா கல்யாணம்? மெட்ராஸ்லதானே? (நக்கலாக)

கிரி: ரெஜிஸ்டர் மேரேஜ் அம்மா! இங்கதான்.

அம்மா: மொத்தம் எத்தனை செலவு... பதினைஞ்சு ரூபாயா? எனக்குச் சரியா விவரம் தெரியலை. அதனால்தான் கேக்கறேன்.

அப்பா: விவரம் என்ன... ரெண்டு பேரும் கல்யாணம் பண்ணிக்கப் போறாங்க. எளிமையான ரெஜிஸ்டர் மேரேஜ். பதிவுத் திருமணம். புத்திசாலித்தனமானது மகனே...

அம்மா: தாலி உண்டா?

கல்யா (தீர்மானித்தவளாக): நீங்க தப்பா புரிஞ்சுக்கறிங்க... எதுக்கு வீணா செலவழிக்கணும்னுதான் எளிமையா தீர்மானிச்சுட்டோம். ஆடம்பரமாச் செய்யணும்னு நீங்க விருப்பப்பட்டா கொஞ்சம் தயம் கொடுத்தா ஏற்பாடு பண்ணலாம். ஏதோ என்னால முடிஞ்சவரைக்கும் ஃபிக்ஸட் டெபாசிட்ல பணம் போட்டு வெச்சிருக்கேன்.

அம்மா: அப்படியா?

கிரி: அதை உபயோகமுள்ள சாமான்களா வாங்கிக்கலாம். கல்யாணத்துக்கு அதிகம் செலவழிக்கவேண்டாம்னு நான்தான்...

அப்பா (சிரித்து): நீ இதையெல்லாம் விவரமாச் சொல்லிக் கிட்டிருக்க வேண்டாம். இவ எப்பவுமே ஏதாவது இந்த மாதிரி

சொல்லிக்கிட்டே இருப்பா... கவலைப்படாதே! என்னிக்குக் கல்யாணம்னு சொல்லு! நிச்சயம் வந்து ஆசீர்வாதம் செய்ய றோம். கல்யாணி, கல்யாணம் ஆனப்புறம் இந்தப் பையனைக் கொஞ்சம் ரிப்பேர் பண்ணி வெச்சேன்னா நல்லதும்மா. முதல்ல தலை வாரிக்கும்படியாப் பண்ணிட்டேன்னாலே சாதனை, அதுக்கப்புறம் ஷேவ்.

(கிரி மேவாயைத் தடவிக்கொள்ள, அம்மா மௌனமாகி அவளையே மறுபடியும் ஆராய்ச்சி போலப் பார்க்கிறாள்.)

அப்பா: ஆமா... நீ பாங்கில வேலை பார்க்கறே! இவன் ஐ.ஐ.டி. யில் இருக்கான். எப்படிக் காதல் உண்டாச்சு? கில்லாடிரா நீ!

கிரி: காதல்னு சொல்ல முடியாதுப்பா. இவ பாங்க்ல கம்ப்யூட்டரை ஸேஷன் பண்றாங்க. அதுக்கு டிரெயினிங் ஐ.ஐ.டி.யில் ஏற்பாடு பண்ணியிருந்தாங்க. என் தலையெழுத்து இவளுக்கு கம்ப்யூட் டர்னா என்னன்னு சொல்லிக்கொடுக்க வேண்டியிருந்தது. இவ கேக்கற கேள்விக்கெல்லாம் பதில் சொல்லியே எங்கேயோ சந்தடி சாக்கில் காதல் மாதிரி குன்ஸா ஒண்ணு புறப்பட்டுச்சு.

கல்யா: உங்க குடும்பத்திலே எல்லாமே லைட்டா எடுத்துப்பீங்க போல...

அம்மா: நான் அப்படி இல்லை!

அப்பா: கல்யாணத்துக்கு முன்னாடி ஒரு மரியாதைக்காகவாவது உங்கப்பா அம்மாவை நாங்க வந்து பார்க்கணும்.

அம்மா: தலைகீழா இருக்குது.

கல்யா: இல்லை சார்! நாங்க முதல்ல வந்து பார்க்கறதுதான் முறை. அவங்க சொல்றது சரி... அப்பாவையும் அம்மாவையும் நானே கூட்டிண்டு வரேன்.

அப்பா: 'கூட்டிண்டு'... நீங்கள்ளாம் பிராமின்ஸா?

கல்யா: ஆமா சார்!

கிரி: இப்போ அதெல்லாம் யாருப்பா பார்க்கறாங்க?

அம்மா: எல்லாம் கல்யாணத்துக்கு முன்னால சரியாத்தான் இருக்கும். அப்புறம்தான்... மயக்கம் தெளிஞ்சப்புறம்தான்... ஏம்மா, நீ மாமிசம் சாப்பிடுவியோ?

கல்யா: இல்லேம்மா, கிரி நிறுத்திர்றேன்னு சொல்லியிருக்கார்.

அம்மா: எத்தனை பேர் வரலாம் கல்யாணத்துக்கு?

அப்பா: நீ ஒண்ணு, எல்லாத்தையும் நெகடிவாவே எடுத்துக்கறே. பாரும்மா கல்யாணி... இந்தக் கல்யாணத்துலே எங்களுக்கு மகிழ்ச்சி. என் மூத்த மகனுக்கு நாங்க செலக்ட் பண்ணி எங்க ஜாதியிலேயே நல்லாப் பாத்துத்தான் கல்யாணம் பண்ணிக் கொடுத்தோம். ஹி இஸ் மிஸரபிள். விவாகரத்து வரைக்கும் போயிடுமோனு தோணுது.

கல்யா: கிரி சொன்னார்!

அம்மா: கிரி என்னைப் பத்தி என்ன சொன்னான்?

கல்யா: உங்களுக்கு இந்தக் கல்யாணத்தில அவ்வளவா இஷ்ட மில்லேன்னு சொன்னார்...

கிரி: அதுக்குமேல என்ன சொன்னேன். அதையும் சொல்லிடு!

கல்யா: என்னை நீங்க முழுசாப் புரிஞ்சுண்டப்புறம், அறிஞ்சுண்டப்புரம் எல்லாம் சரியாப்போயிடும்னு சொன்னார்.

அம்மா: கல்யாணம் ஆனப்புறம் எங்க வீட்டுல வந்து இருக்கப் போறீங்களா... இடம் பத்துமா?

கல்யா: அதைப் பத்தி இன்னும் யோசிக்கலை. நீங்க எப்படிச் சொல்றீங்களோ அப்படி...

அப்பா: நல்ல பொண்ணு!

கிரி: தனியா ஃப்ளாட் ஒண்ணு வாடகைக்கு எடுக்கறதா உத்தேசம்மா.

கல்யா: சார், மற்றொரு விஷயம் உங்ககிட்ட சொல்லணும். கல்யாணம் ஆனப்புறம் எங்க அப்பா அம்மாவை...

கிரி: அதைப் பத்தி அப்புறமா பேசலாம். முதல்ல எல்லோரும் சன்னா பட்டுரா!

கல்யா: இல்லை கிரி! இதை இப்பவே சொல்லிர்றது நல்லது.

கிரி: ஒரு நாள்லயே எல்லாத்தையும் சொல்லிடணுமா?

கல்யா: ஆமாம்! பாருங்கம்மா. எங்க அப்பாவுக்கு சம்பாத்தியம் இல்லை. அதனாலே என் சம்பளத்தில் அவங்களுக்குப் பணம் அனுப்ப வேண்டியிருக்கும்.

அப்பா: அதனால என்ன? உத்தமமான காரியம்.

அம்மா: எவ்வளவு?

கல்யா: மாசம் அறநூறாவது.

அம்மா: எத்தனை நாளைக்கு?

கல்யா: இது இன்னும் திட்டமாத் தெரியலை.

அம்மா: அவங்களும் உங்ககூடவே இருப்பாங்களா?

கல்யா: இல்லை, ஒரு வீடு இருக்கு. ஆனா வீட்டின் பேரில் கடன் இருக்கு.

அம்மா: (கேலியுடன்) பிரமாதம்! (தன் கணவனைப் பார்க்கிறாள்.)

அப்பா: இதில என்ன தப்பு? ஒரு பெண் தகப்பனாருக்குச் செய்யற கடமை!

கல்யா: கடமைன்னு இல்லை சார்... விரும்பித்தான் செய்யறேன். எங்கப்பாவுக்கே இதில் தயக்கம். லேசா அவமானமும்கூட இருக்கு. ஆனா, வேற வழி இல்லை!

அம்மா: கிரி, எப்படிச் சமாளிக்கப்போறே?

கல்யா: எல்லாம் கணக்குப் போட்டுப் பார்த்தாச்சும்மா.

அம்மா: என்ன பண்ணப் போறியோ?

கிரி: சூப் சாப்பிடப் போறேம்மா! வாப்பா, நல்ல வேளை... வந்தே!

(வெயிட்டர் சூப் கிண்ணங்கள், ஸ்பூன் வகையறாக்களைக் கொண்டுவந்து வைக்கிறான்).

காட்சி 3

வரதராஜன் வீட்டுக் கூடம். வரதராஜன் ஊஞ்சலில் உட்கார்ந்து யோசித்துக்கொண்டிருக்கிறார். அவர் விரல்கள் ப்ளான் போட்டுக்கொண்டிருக்கின்றன.

வரதராஜன் (கைவிரல்களால் எண்ணிக் கொண்டு): ஒண்ணு, ரெண்டு, மூணு, மூணரை... முதல் மூணு மாசத்துலே எல்லாச் செலவும் போன பிற்பாடு மூணரை லட்சம்...

(கல்யாணி உள்ளே நுழைகிறாள். அவளுடன் கிரிதரும் தயக்கமாக நுழைந்து சுற்றிலும் பார்க்கிறான். அவன் பாவனைகளில் லேசான சங்கடம் தெரிகிறது.)

கல்யா: அப்பா!

வரத (எண்ணங்கள் கலைந்தவராக): என்ன யாரு? ஓ? கல்யாணி!

கல்யா: அப்பா, இவர்தான் கிரிதர்! நான் சொன்னேனே, சாயங்காலம் கூட்டிண்டு வரேன்னு!

வரத: ஐ.ஐ.டி.யா?

கிரி: ஆமாம் சார்... க்ளாட் டு மீட் யூ சார்... உங்களைப் பத்திக் கல்யாணி நிறைய சொல்லியிருக்கா.

வரத: என்ன சொன்னா? 'கையாலாகாத கிழவன். என்ன என்னவோ ப்ளான் போட்டுண்டே இருப்பான், ஒரு காசுக்கு உதவாது'ன்னுதானே?

கிரி: சேச்சே. அப்படி இல்லை! உங்களைப் பத்திப் பெருமைதான் அவளுக்கு...

வரத: ஏய்! நீ ஐ.ஐ.டி.ன்னு சொன்னே இல்லையா? (உடனே ஃபைலை எடுத்து வந்து) மிஸ்டர் கங்காதர்!

கிரி: கிரிதர் சார்!

வரத: கிரிதர், நீ என்ன பண்றே... இந்த ஸ்கீமைப் பாரு.

கிரி: சார்! நான் கம்ப்யூட்டர் சயன்ஸ் ஆசாமி. எனக்கும் இந்த ப்ராஜெக்டுக்கும் அதிகச் சம்பந்தம் இருக்காது. ப்ராஸஸ் கண்ட்ரோல் மாதிரி இருக்கு இது. (லேசாகப் பிரிக்கிறான்.)

வரத: நீன்னா, இண்டஸ்ட்ரியல் இன்ஜினியரிங் டிப்பார்மெண்ட் டில உன்னோட வேலை செய்யறவர் யாரும் இல்லையா, அவர் கிட்ட காட்டேன்? எடுத்துக்கோயேன்.

வரத: (அதைத் தயக்கத்துடன் வாங்கிக்கொண்டு) உங்களுக்கு?

வரத: என்கிட்ட இன்னொரு காப்பி இருக்கு. ஸாரி... நான் என்னைப் பத்தியே பேசிண்டிருக்கேன்... கல்யாணி! நீ ஏதோ சொல்லணும்மு இருந்தே...

கல்யா: அப்பா, நானும் கிரிதரும் கல்யாணம் செய்துக்கப் போறோம்.

வரத (சற்றே திகைத்து): அதாவது வந்து...

கிரி: நாங்க ரெண்டு பேரும் ஒருத்தரை ஒருத்தர் ரொம்ப விரும்பறோம் சார்.

வரத: ஏம்மா, இவ்வளவு திடுதிடுப்புனு சொல்றே?

கல்யா: அப்பா! நான் உங்ககிட்ட போன ஒரு வாரமா இந்த விஷயத்தை எடுத்தபோதெல்லாம் நீங்க உங்க ப்ராஜெக்டு, ஸ்கீமைப் பத்தியே பேசிண்டிருந்தீங்கப்பா. அப்புறம் அம்மா கிட்ட சொல்லச் சொன்னேன். அம்மா சொல்லத் தயங்கியிருக்கா. அதனாலதான் கிரியையே நேரா கூட்டிண்டு வந்து...

கிரி: என்ன ஆச்சுன்னா... நான் கம்ப்யூட்டர் டிரெய்னிங்குக்கு இவ ஆபீஸுக்குப்போயிருந்தேனா...

வரத (கல்யாணியையே நேராகப் பார்த்துக் கொண்டு): என்னம்மா இது... இவ்வளவு சீக்கிரம் முடிவு பண்ணக்கூடிய காரியமா இது?

கல்யா: ரொம்ப தள்ளிப்போடக்கூடிய காரியமும் இல்லப்பா இது.

கிரி: கல்யாணி எங்கிட்ட எல்லாம் சொல்லிட்டா சார். நீங்க கவலைப்படவே வேண்டாம்... கல்யாணம் ஆனாலும் உங்க ரெண்டு பேரையும் நாங்க சப்போர்ட் பண்ணுறதா தீர்மானிச் சுட்டோம். பணம் குடுத்துடுவோம். கவலைப்படாதீங்கோ!

கல்யா: கிரி! ப்ளீஸ், இது சென்ஸிட்டிவ் விஷயம்...

வரத: என்னது, என்னது, கல்யாணம் நடந்தப்புறமும்.

கிரி (தன் தவறை உணர்ந்துகொண்டு): அதைப் பற்றி நாமா அப்புறம் பேசுவோம்... இந்த ப்ராஜெக்ட் ரிப்போர்ட் ரொம்ப இண்ட்ரஸ்டிங்கா இருக்கு!

(கல்யாணியின் அம்மா வருகிறாள்.) நமஸ்காரம்மா... நான்தான் கிரிதர்.

அம்மா: அவரை உக்காரச் சொல்லுங்களேன்.

வரத: உம் பொண்ணு என்ன சொல்லியிருக்கா தெரியுமா இவர்கிட்ட? கல்யாணம் ஆன பிற்பாடுகூட தொடர்ந்து நம்ம ரெண்டு பேரையும் இவா சப்போர்ட் பண்ணுவாளாம். முதல்ல கல்யாணத்தைப் பத்தியே இப்பத்தான் எங்கிட்ட சொல்லியாறது.

அம்மா: நீங்க அவளைப் பேசவிட்டாத்தானே? நானும் அப்பப்போ கோடி காட்டிண்டுதான் இருந்தேன். எப்ப

32

பார்த்தாலும் ப்ராஜெக்ட், ஸ்கீம்... அவரை உட்காரச் சொல்லுங்கோ...

வரத: உக்காரப்பா! கல்யாணி என்ன சொன்னா உங்கிட்ட? கரெக்டா சொல்லு...

கிரி: (தர்மசங்கடமா): அது வந்து சார்...

வரத: 'என் அப்பா அம்மா ரெண்டு பேரையும் என்னோட சம்பளத்திலதான் காப்பாத்த வேண்டியிருக்கு. அதனால அதுக்கு நீங்க சம்மதிச்சாத்தான் கல்யாணம்!' - அப்படித்தானே?

கிரி: அவ்வளவு, அப்படி, அந்த மாதிரி!

கல்யா: (தீர்மானமாக): அப்படித்தாம்ப்பா சொன்னேன். அதில ஏதாவது தப்பா?

வரத: தப்பு ரைட்டுனு இல்லேம்மா, இது மானப் பிரச்னை இல்லையா? இதெல்லாம் இவர்கிட்ட போய்ச் சொல்லிண்டு...

கல்யா: என்னப்பா மானம் இதிலே. இவர் ஒண்ணும் அந்நியர் இல்லப்பா. இவர்கிட்ட கல்யாணத்துக்கு முன்னாடியே சொல்லி கருத்து வேறுபாடு இல்லாமப் பார்த்துக்கறது நல்லதில்லையா?

வரத (அவமானப்பட்ட குரலில்): வாஸ்தவம்தாம்மா... நீ சொல்றது ரைட்டுதான். மிஸ்டர் ரகுவரன்!

கிரி: கிரிதர் சார்!

வரத: எங்க குடும்ப நிலவரம் உங்களுக்கு இப்ப நன்னாத் தெரியும் இல்லையா? நான் ஒரு பழைய பெருங்காய டப்பா. எப்பவோ அமோகமா இருந்திருக்கேன். இப்ப ஒரு பைசா கிடையாது. இவ சம்பளத்திலதான் குடித்தனம் நடக்கிறது.

கல்யா: அப்பா... நீங்க அப்ஸெட் ஆயிட்டீங்க... அப்புறம் பேசலாம் கிரி.

வரத: ஒரு சிகரெட் வாங்கிப் பிடிக்கணும்னாக்கூட இவகிட்டத் தான் சில்லறை வாங்கிப்பேன்.

கல்யா: அப்பா... நீங்க எதையோ கற்பனை பண்ணிக்கிறீங்க. நான் அப்படிச் சொல்லலை. எதுக்காக ஒரு அழகான விஷயத்தைக்

கொச்சைபடுத்தறீங்கப்பா? நான் காஷுவலாகத்தான் இவர்கிட்ட சொன்னேன். எனக்கும் உங்களுக்கும் உள்ள ரிலேஷன்ஷிப்பைப் பத்தி.

கிரி: உங்க பேர்ல கல்யாணி நிறைய அன்பு வெச்சுருக்கா... உங்களைப் பத்தி நிறையச் சொல்லியிருக்கா.

வரத: பரவாயில்லை... இட்ஸ் நைஸ். உக்காருங்க! (மனைவியிடம்) என் சட்டையைக் கொண்டா. மாப்பிள்ளை முன்னால் பனியன் போட்டுண்டு நிக்கறேன். நீ பாத்துண்டே இருக்கியே? (கிரிதரிடம்) என்ன பண்றது. ஒரு பனியன் வாங்கக்கூட டாட்டரைக் கேக்கவேண்டியிருக்கு!

கிரி: சார்! நான் இந்த ப்ராஜெக்ட் ரிப்போர்ட்டைப் பார்க்கச் சொல்றேன். இன்டஸ்ட்ரியல் இன்ஜினீயரிங்...

வரத: வேண்டாம்பா!

கல்யா (அருகில் போய் அவர் கையைப் பிடித்து): குழந்தைக்கு கோபம் இல்லையே? உக்காரு முதல்ல!

வரத: கல்யாணத்துக்கு ஏதாவது தேதி நிச்சயம் பண்ணியிருக்கா? (ஊஞ்சலில் ஆடுகிறார்)

கிரி: வர வெள்ளிக்கிழமை வெச்சுக்கலாம்னு...

வரத (பற்றில்லாமல்): வெள்ளிக்கிழமையா? அதுக்குள்ள...

கல்யா: அப்பா! நாங்க ரெண்டு பேரும் பதிவுத் திருமணம் பண்ணிக்கணும்ன்னு இருக்கோம்.

வரத: குட்! வெரி குட்! வரதராஜனோட பொண்ணுக்குப் பதிவுத் திருமணம்! என் முதல் சிஸ்டர் கல்யாணத்துக்கு அந்த நாட்களில் ஒரு லட்சம், கேட்டுக்கோ... நான் சொல்றது நாற்பது வருஷத்துக்கு முன்னாலே... ஒரு லட்சம் செலவழிச்சேன் மிஸ்டர் மனோகரன்.

கிரி: சார், என் பேரு கிரிதரன்! கிரிதரன்! சுருக்கமா கிரி...

வரத: ஸாரி ஸாரி. சின்னி கிருஷ்ணன் பாண்டு, அரியக்குடி ராமானுஜ ஐயங்கார்...

கிரி: ஓ நைஸ்! அவர் நல்லா சமைப்பார்னு கேள்விப்பட்டிருக்கேன். (கல்யாணி தலையில் அடித்துக் கொள்கிறாள்).

வரத: ஊர்வலம் வந்து சேர்றதுக்கு ராத்திரி மூணு மணியாச்சு. கவர்னர் பிரகாசா என் ரெண்டாவது சிஸ்டர் கல்யாணத்துக்கு வந்து இதே ஊஞ்சல்ல...

கல்யா: அப்பா, அதெல்லாம் ஆச்சுப்பா, எல்லாம் முடிஞ்சுபோன விஷயம்...

வரத: எதுக்குச் சொல்லவரேன்னா அப்படி தங்கை கல்யாணங்களை நடத்தினவன்... என் சொந்தப் பொண்ணு, அவ கல்யாணத்தை ரெஜிஸ்டர் ஆபீஸ்ல நடத்தணும்னா, யங்மேன், என்னோட மனசில எந்த மாதிரி உணர்ச்சிகள் அலைபாயும்... சொல்லு.

கிரி (அசுவாரஸ்யமாக): உண்மைதான் சார்...

மனைவி: இப்போ அதெல்லாம் பத்தி என்ன பேசி என்ன பிரயோஜனம்? நம்மால் செலவழிச்சுக் கல்யாணம் பண்ணிக் கொடுக்கிற நிலையில் இருந்தா அதைப் பத்தியெல்லாம் பேசறதில அர்த்தம் இருக்கு.

வரத: இருக்கோம், இருக்கப்போறோம். (ஸ்கீமைத் தட்டி) இது மட்டும் சக்ஸஸ் ஆனாப் போதும். வரதராஜன் பழைய நிலைமைக்கு வந்துடுவான்...

கல்யா: அதுக்கெல்லாம் இப்போ நேரம் இல்லேப்பா...

வரத: யங்மேன், நீ இப்போது அவசரத்துல இருக்கியா?

கிரி: (கடிகாரத்தைப் பார்த்து) இல்லே... இன்னும் ஒரு அரை மணி நேரம் வேணா இருக்கேன்.

வரத: இப்பச் சொல்லலை. கல்யாணம் பண்ணிக்கிறதுக்கு?

கிரி: புரியலை சார்! (கல்யாணியைப் பார்க்க)

கல்யா: அப்பா நாங்க அவசரத்திலேதான் இருக்கோம்... ஏற்கெனவே அவர் அம்மாவுக்கு இந்தக் கல்யாணத்துல கொஞ்சம் அப்ஜெக்ஷன் இருக்கு...

வரத: எதுக்குச் சொல்லவரேன்னா... ஒரு மூணு மாசம் வெயிட் பண்ணுங்கோ. ஒரு முறையான கல்யாணத்தை நடத்திடுவோம்... நான் அதுக்குள்ள இந்த ஸ்கீமை சக்ஸஸ் பண்ணிட்டு கைல கொஞ்சம் பணம் வரும். என்னை அவமானப்படுத்தாதீங்க. ரெஜிஸ்ட்ரார் ஆபீஸ்ல போய்க் கல்யாணம் பண்ணிக்காதீங்க. நான் உங்க கல்யாணத்துக்கு ஆட்சேபணை சொல்லலே. கல்யாணி அறிவுள்ள பொண்ணு. அவ தேர்ந்தெடுத்திருக்காள்ன்னா அந்த ஆள்கிட்ட விஷயம் இருக்கும். உங்க கல்யாணத்துக்கு எனக்கு எந்தவித அப்ஜெக்‌ஷனும் இல்லே. ஆனா தயவு செய்து ஒரு மூணு மாசம் காத்திருங்க... அதுக்குள்ள இந்த வரதராஜன் யாருன்னு காட்டிர்றேன். இது என் தன்மானப் பிரச்னை.

(கிரி, கல்யாணி இருவரும் மௌனமாக இருக்க)

வரத: கெஞ்சிக் கேக்கறேம்மா.

கிரி: சார்... எனக்குக் குழப்பமா இருக்கு. மூணு மாசம் வெயிட் பண்றதால என்ன ஆகப்போறது!

வரத: எனக்குக் கொஞ்சம் பணம் வரும்... கல்யாணத்தை டீஸண்டா நடத்துவேன். பெரிய மனுஷங்களைக் கூப்பிடலாம். யு நோ, இந்த நகரத்தில இருக்கிற பெரிய மனுஷங்கள்ல பாதிப்பேர் எங்கிட்ட அப்ரெண்டிஸ்ஸா இருந்தவங்க தெரியுமா? அப்பேர்ப்பட்டவன் பொண்ணுக்குப் பதிவுத் திருமண்ம்னா எப்படி இருக்கும் சொல்லு!

கிரி: எனக்கென்னவோ அதில எதும் அவமானம் இருக்கறதாப் படலை.

வரத (அதட்டலாக): எனக்கு அவமானம்!

கல்யா: கிரி, நீங்க போங்க! நான் அப்பாகிட்டே பேசிக்கிறேன். இது எங்களுக்குள்ள கொஞ்சம் தீவிரமா டிஸ்கஸ் பண்ண வேண்டிய விஷயம்! நாளைக்கு போன் பண்ணுங்க.

கிரி: போன் டெட்டா இருந்தது.

கல்யா: பணம் கட்டியாச்சு. நாளைக்கு கனெக்‌ஷன் வந்துரும்.

கிரி: அப்போ நான் வரட்டுமா சார்... இந்த ஸ்கீமை (போக முற்பட்டவன் திரும்ப அந்த ஃபைலை எடுத்துக் கொள்ள வருகிறான்).

வரத: வேண்டாம்பா. நான் பார்த்துக்கறேன்!

கிரி: அப்போ, நாளைக்கு போன் பண்றேன் கல்யாணி!

கல்யா: சரி.

(அவன் போகிறவரை காந்திருந்துவிட்டு வரதராஜன் கல்யாணி யைப் பார்க்கிறார்.)

வரத: ஸோ... உனக்கும் உங்காப்பா பேர்ல நம்பிக்கை இல்லை... அப்படித்தானே?

கல்யா: என்னப்பா சொல்றீங்க...?

வரத: 'இவர்பாட்டுக்குக் கவைக்கு உதவாத ப்ளான், அது இதுன்னு சொல்லிண்டே காலங்கழிச்சுடுவார். நம்ம கல்யாணம் நடக்கவே நடக்காது'னு நீயே மாப்பிள்ளை பாத்துண்டுட்டே... அப்படித்தானே!

மனைவி: ஏன், அப்படியே இருக்கட்டுமே! அதுல தப்பு இருக்கறதா எனக்குப் படலை!

வரத (கோபத்துடன்): வாயை மூடு நீ!

மனைவி: என்னை அதட்டுங்கோ... இத்தனை வருஷமா வாயை மூடிண்டிருந்தாச்சு. இன்னிக்கு நான் பேசத்தான் போறேன். உங்க தங்கைகளின் கல்யாணத்துக்கு தாம் தூம்னு செலவழிச்சப்போ நான் ஒரு வார்த்தை சொன்னேனா? இல்லை. இந்த ஸ்கீம் அந்த ஸ்கீம்னு இவனையும் அவனையும் கூட்டிவெச்சு லூட்டி அடிச்சப்ப ஏதாவது சொன்னேனா? எத்தனை பணம் சம்பாதிச் சீங்க... எத்தனை பணம் செலவழிச்சீங்க... அப்பல்லாம் நான் ஏதாவது கேட்டேனா? ஏன் உங்களுக்கு நிஜம் புரியவே மாட்டேங் கறது... இன்னிக்கு இவ சம்பளத்திலதான் நம்ம சம்சாரம் நடக்கறது. ஏறக்குறைய வீட்டை வித்தாச்சு. ஓட்டை வித்தாச்சு. நம்மகிட்ட பாக்கி இருக்கிறது ஒண்ணே ஒண்ணுதான்... உங்க பெருமை! அரியக்குடி ராமானுஜ ஐயங்கார், சின்னி கிருஷ்ணன்... அவாள்லாம் யாருன்னே தெரியாத இந்தக் காலத்தில் எப்பவோ, இந்த சைக்கிள் மாதிரி துருப் புடிச்சுப்போன பெருமையை வெச்சுண்டு எத்தனை நாள் காலம் கழிக்க முடியும்? இவ என்ன ஓடிப்போய் திருட்டுக் கல்யாணம் பண்ணிக்கிறாளா! நன்னா ஸ்பஷ்டமா சொல்லிட்டு, அதும் 'அப்பா, அம்மா! பயப்படா

தீங்கோ... கல்யாணம் ஆனாலும் உங்க ரெண்டு பேரை கடைசிக் காலம் வரைக்கும் வெச்சுக் காப்பாத்தறேன்'னு வாக்குறுதி கொடுத்துட்டுத்தான் கல்யாணம் பண்ணிக்கறேங்கறா!

வரத: என்ன அவசரம்?

மனைவி: இவளுக்கு வயசாயிண்டிருக்கு. தெரியுமில்லையா? எட்டு வருஷமா வேலைக்குப் போயிண்டிருக்கா...

வரத: அப்போ? என்னை மூலையில் உக்காத்தி வெச்சாச்சு. இனிமே என்னால எதும் சம்பாதிக்க முடியாதுன்னு அம்மாவும் பெண்ணும் தீர்மானம் பண்ணிட்டேள்!

மனைவி: ஆமாம்! அதான் இப்போ நிஜம்!

கல்யா: இரும்மா, அப்பா! உங்களுக்கு என்ன அப்ஜெக்ஷன்? சரியாச் சொல்லுங்கோ!

வரத: இட்ஸ் சிம்பிள் கல்யாணி! இந்தக் கல்யாணத்தை நான் என் பணத்தைச் செலவழிச்சு நடத்த விரும்பறேன்!

கல்யா: அப்பா, உங்ககிட்ட பணம் இல்லேப்பா!

வரத: பணம் இல்லேம்மா... ஆனா, பணம் சம்பாதிக்கிற தகுதி இருக்கு! என்னால முடியும்மா, கெஞ்சிக் கேட்டுக்கறேன்... தயவுபண்ணி எனக்கு ஒரு சந்தர்ப்பம் கொடு... நான் என்ன கேக்கறேன்? மூணு மாசம் டயம். அதுக்குள்ள நான் சம்பாதிக்க லேன்னா என்னைத் துடப்பத்தால் பெருக்கி மூலையில் வெச்சுடுங்கோ!

கல்யா: அப்படி இல்லேப்பா...

மனைவி: இரு கல்யாணி! மூணு மாசத்தில் என்ன நடக்கப் போறது?

வரத: உனக்குச் சொன்னாப் புரியாது. நான் சில அருமையான திட்டங்கள் வெச்சிருக்கேன். கல்யாணி, உன் காதல் மூணு மாசம் தாக்குப் பிடிக்குமோல்லியோ!

(கல்யாணி மௌனமாக இருக்கிறாள்.)

வரத: நான் கேக்கறதெல்லாம் கிவ் மி எ சான்ஸ்! ஒரே ஒரு சந்தர்ப்பம். என்னை நிரூபிக்கறதுக்கு முதல்ல அந்தப்

பதினஞ்சாயிரம் ரூபாய். அப்புறம் ஒரு ப்ரொட்டோடைப். அப்புறம் யாராவது ஒரு இன்வெஸ்டர். எத்தனையோ பேர் இருக்கா. இதோ நாளைக்கே துபாய்லேருந்து தகவல் வரும். வரலேன்னா, மதிவதனத்தைப் பார்க்கப்போறேன். அவன் ஒரு கல்யாணத்தில் பார்த்தபோது சொல்லியிருக்கான், 'வரதராஜன் சார்! ஏதாவது உதவி தேவைன்னா எப்ப வேணாலும் வாங்கோ'னு. நான்தான் தொடர்பு வெச்சுக்கலை. ஒரு மூணு மாசம் தாம்மா. இல்லேன்னா, என் தன்னம்பிக்கை காலியாயிடும். அதோட நான் க்ளோஸ். (குரலில் நடுக்கம்.)

கல்யா: சரிப்பா.

(சுருக்கமாகச் சொல்லிவிட்டுத் தன் அறைக்குப் போகிறாள். வரதராஜன் மறுபடி ஊஞ்சலுக்குப் போகிறார்.)

மனைவி: படபடப்பாய் பேசிட்டேன். மன்னிச்சுக்குங்கோ.

வரத: இல்லை... நீ உன் பார்வையிலேருந்து உண்மையைத் தானே சொன்னே.

மனைவி: நான் அப்படிப் பேசியிருக்கக்கூடாது...

வரத: பேசியாச்சு. அப்புறம் பேசியிருக்கக்கூடாதுன்னா எப்படி?

மனைவி: என் ஆதங்கம் எல்லாம் அவ கல்யாணம் ஆனப்புறமும் அவகிட்ட காசுக்குத் தொங்கணுமேங்கறதுதான். என்னதான் ஆரம்பத்தில சரியா இருந்தாலும் பின்னால் அந்தப் பையன் வீட்டில் யாராவது சொல்லிக் காட்டினா... கூசிப் போயிடும்...

வரத: எனக்கு இப்பவே கூசறது!

மனைவி: உங்களுக்கு இருக்கற திறமைக்கு ஏதாவது லைட்டா - மாசம் இத்தனைன்னு வராப்பல, இல்லை கன்சல்ட்டண்டுனு ஏதோ சொல்றாளே... அது மாதிரி ஏதாவது வேலை கிடைக்காதா? நம்ம ரெண்டு பேருக்கும் ஒரு எழுநூறு, எண்ணூறு ரூபாய் இருந்தாப் போதும்!

வரத: அந்தக் கவலையெல்லாம் எங்கிட்ட விடு! பாரு ஜானகி... இன்னைக்கு உங்கிட்ட ஒண்ணு சொல்றேன். நான் போறப்ப உம்பேர்ல ரெண்டு லட்சம், கல்யாணி பேர்ல ரெண்டு லட்சம், ஒரு வீடு மினிமம் எழுதி வெக்காமப் போகமாட்டேன்.

மனைவி: அதெல்லாம் தேவையே இல்லை! நம்ம செலவை நாம பார்த்துண்டா போறும்... இப்பவே பாருங்கோ, குருவி சேக்கறாப்பல கல்யாணி தன் கல்யாணத்துக்கு இருபதாயிரமோ இருபத்தஞ்சாயிரமோ சேர்த்து வெச்சிருக்கா. ரொம்பச் சமத்து! ஒரு செட்டு எவர்சில்வர் பாத்திரம் வாங்கிண்டிருக்கா. பத்துப் பதினைஞ்சு சவரன் வரைக்கும் சீட்டு கட்டி நகை சேர்த்து வெச்சிருக்கா. நம்ம கஷ்டம் தெரிஞ்ச பொண்ணு! அவ கிட்டேருந்து இனிமேலும் பணம் வாங்காம இருந்தாப் போறும்! சொத்தும் வேண்டாம், சுகமும் வேண்டாம். எல்லாம் பாத்தாச்சு. போறும். ராப்பகலா அலைஞ்சு உடம்பைக் கெடுத்துண்டது போறும்...

வரத: மூணு மாசம்... ஜஸ்ட் மூணு மாசம்...

காட்சி 4

(வரதராஜனின் பழைய வீட்டுக்கு முற்றிலும் மாறுபாடாக ஒரு பிரகாசமான அலுவலக முன்னறை. மதிவதனம் என்பவரின் பல்வேறு கம்பெனிகளின் கார்ப்பரேட் அலுவலகத்தில் ரிசப்ஷன் அறை அது. மதிவதனத்தின் அறைக்கு உண்டான கதவு வலதுபுறம் தெரிகிறது. புதிய மலர்கள் வைத்த பூச்சாடியின் அருகில் ஓர் இளம் பெண் நவீனமான டெலிபோனில் பேசிக் கொண்டிருக்கிறாள். மதிவதனத்தைப் பார்க்க நான்கைந்து பேர் உட்கார்ந்திருக்கிறார்கள். ஜன்னலில் இருந்து நல்ல வெளிச்சம். வரதராஜன் மெள்ள உள்ளே வந்து சுற்றிலும் பார்க்கிறார். அவர் உட்கார ஓர் ஓரமான இடம்தான் கிடைக்கிறது. அதில் உட்காராமல் அந்தப் பெண்ணின் அருகில் செல்கிறார்...)

ரிசப்ஷன் பெண் (டெலிபோனில்): ஒன் செக் ப்ரதிபா... எம்.டி. வந்து வியாழக்கிழமை டில்லி லேருந்து வந்தப்புறம் ஒரு நாள்தான் ஸ்டேஷன்ல இருக்கார். அப்புறம் லெட் மி ஸீ... (ஒரு ஃபைலைப்

பிரித்துப் பார்த்து) ஹி இஸ் கோயிங் டு பாங்காக்., ஏஷியா பஸிஃபிக் கான்ஃபரன்ஸுக்கு ... ஒன் மினிட் ப்ரதிபா ... (டெலிபோனைப் பொத்தி வரதராஜனைப் பார்த்து) யெஸ்?

வரதராஜன்: மிஸ்டர் மதிவதனத்தைப் பார்க்கணும்...

பெண்: அப்பாயிண்ட்மெண்ட் இருக்கா?

வரத: நான் அவருடைய பழைய ஃப்ரெண்ட்! பேர் வரதராஜன்னு சொன்னாத் தெரிஞ்சுப்பார்.

பெண்: ப்ளீஸ் டேக் யுர் ஸீட்!

(வரதராஜன் போய் ஓரத்தில் சோபா முனையில் உட்கார பக்கத்தில் காத்திருப்பவர்கள் அவரை வினோதமாகப் பார்க்கிறார்கள்.)

பெண் (டெலிபோனில்): ஸாரி ப்ரதிபா... அதுக்குள்ளே ஒருத்தர் வந்துட்டார். பதினாறாம் தேதிதான் திரும்ப வரார். பதினேழாம் தேதி சரியா இருக்கும். இல்லேன்னா இருபத்திரண்டாம் தேதி. (இன்டர்காமின் பஸ்ஸர் ஒலிக்கிறது. அதை அவசரமாக எடுத்து) யெஸ் ஸார்... (மறுபடி) யெஸ் ஸார்...

மிஸ்டர் ஜார்ஜ்! நீங்க உள்ளே போகலாம். எம்.டி. உங்களுக்கு அஞ்சு நிமிஷம் கொடுத்திருக்கார்...

ஜார்ஜ்: தாங்க் யூ. தாங்க் யூ நீனா! இன்னிக்கு விட்டேன்னா பாஸைப் பிடிக்கவே முடியாது...

வரத (மறுபடி அவளுகில் சென்று): அவர்கிட்ட சொல்லிட்டியாம்மா, வரதராஜன்னு...

பெண் (சற்றே அலுப்புடன்): ப்ளீஸ்! வெயிட் ஸார்... அவர்கிட்ட சொல்றேன்...

வரத: நான் வந்து மதியோட பழைய...

பெண்: ப்ளீஸ் வெயிட் ஸார்!

(மறுபடி போய் உட்காருகிறார் வரதராஜன். அவர் கையில் உள்ள பையில் இருக்கும் நமக்குப் பரிச்சயமாகிவிட்ட ஃபைலை எடுத்துப் புரட்டுகிறார்... மறுபடி பஸ்ஸர் ஒலிக்கிறது.)

பெண்: யெஸ் ஸார்! வெரிகுட் ஸார்! இதோ, கனெக்ஷன் கொடுக்கறேன் ஸார்... அப்புறம் ஒரு விஷயம்! மிஸ்டர் வரதராஜன்னு

உங்கள் பழைய ஃப்ரெண்டாம்... (மதிவதனம் 'உடனே வருகிறேன்' என்று ஏதாவது பதில் சொல்லியிருக்க வேண்டும்.) யெஸ் சார், அவர்கிட்ட சொல்றேன் சார்... யெஸ் சார்! (வரதராஜனை இப்போது மரியாதையுடன் பார்த்து) சார், மிஸ்டர் வரதராஜன்! பாஸ் உங்களை 'உடனே பார்க்கிறேன்'னார்...

வரத: (இப்போது மற்றவர்களைப் பெருமையுடன் பார்த்துக் கொண்டு) சின்ன வயசிலேருந்தே தெரியும் மதிவதனத்தை...

(கதவு திறந்து மதிவதனம் உள்ளறையிலிருந்து வெளியே சற்று அவசரமாக வருகிறார். நல்ல ஸூட் அணிந்து பளிச்சென்று தலைவாரியிருக்கிறார். விரல்களில் மோதிரங்கள் பளிச்சிடு கின்றன.)

மதிவதனம்: நீனா! அடுத்த பதினைந்து நிமிஷத்துக்கு எல்லா அப்பாயிண்ட்மெண்ட்ஸையும் கான்சல் பண்ணிடு...

வரத (எழுந்து அவரருகில் வருகிறார்): மதி, சௌக்கியமா...

மதி: வரது சார்! எங்கே இவ்வளவு தூரம்? (மற்றவர்களைப் பார்த்து) ஸாரி! வேற எப்போவாவதுதான் நீங்க என்னைப் பார்க்கணும்... (அவர்களில் ஒருவரை நோக்கி) சுந்தர், உங்க ப்ரபோஸலைப் பார்த்துட்டேன். நோ, நீங்க போகலாம்... ரமேஷ், ஏதாவது அவசரமா?

ரமேஷ்: எதுவுமில்லை சார். நான் அப்புறமா வரேன்.

(அனைவரும் போகிறார்கள்.)

மதி: சொல்லுங்க சார். நீங்க எதுக்கு இவ்வளவு தூரம் வரணும்? ஒரு போன்கால் போட்டிருக்கக்கூடாதா?

வரத: உன்னை போன்ல பிடிக்கறது ரொம்ப கஷ்டமா இருக் குப்பா... செக்ரெட்ரி 'அப்பாயிண்ட்மெண்ட் இருக்கா?'ன்னு கேக்கறா. எங்கியோ போயிட்டப்பா நீ... சந்தோஷமா இருக்கு!

மதி: எல்லாம் உங்க தயவாலதான் சார்... நீனா! இவர் யாரு தெரியுமா... என் குரு மாதிரி. இவர் கீழே நான் அசிஸ்டெண்ட் ஃபோர்மனா வேலை பார்த்துக்கிட்டிருந்தேன். ரொம்பப் பெரிய மனுஷர்! நான் இன்னைக்கு இந்த நிலையில் இருக்கறதுக்கு இவர்தான் காரணம்!

நீனா: அப்படியா... நைஸ், நைஸ்! டீ கொண்டுவரச் சொல்றேன் சார்!

மதி (அவர் கைகளைப் பிடித்து) : உக்காருங்க சார்! (அப்போது டெலிபோன் லேசாக ஒலிக்கிறது).

நீனா (அதை எடுத்து): ஸீ...ஸீ...எல்... (கேட்டிருந்து விட்டு) சார், ஜிகே!

மதி: ஒரு நிமிஷம்... கொஞ்சம் உக்காருங்க! (நீனா போனை எடுத்து அவரிடம் கொடுக்க) ஜிகே! மதி ஹியர். எய்ட் பாயிண்ட் ஃபைவுக்கு முடிச்சுரு. முடிச்ச உடனே எனக்கு கால் போடு. என்ன டயமா இருந்தாலும் உன் டெலிபோனுக்காகக் காத்திருப்பேன்... எப்படியும் முடிச்சுடு...

(சற்று நேரத்துக்கு ஏறக்குறைய அலுக்கும்வரை அ... அ... அ... என்று, அடுத்த முனையில் ஜிகே சொல்வதற்கு ஓர் எழுத்தாகவே பதில் சொல்லிக்கொண்டிருக்க, அவர்கள் முக்கியமான விஷயங்கள் பேசிக்கொண்டிருக்கிறார்கள் என்று தெரிகிறது. வரதராஜன் சற்றே முட்டாள்தனமாகச் சுற்றுமுற்றும் பார்க்கிறார். அவர் இந்தச் சூழ்நிலையில் முற்றிலும் அந்நியர் என்பது தெரிகிறது. நடப்பது அவருக்குப் புரியவில்லை என்பது தெரிகிறது. இதற்குள் சீருடை அணிந்த ஒருவர், நல்ல பீங்கான் பாத்திரங்களில் தேநீர் கொண்டுவந்து அவருகில் வைத்து, 'ஷுகர் சார்' என்கிறார். இரண்டு கப் தேநீர் கலந்து கொடுக்க...)

மதி: சொன்னேனே ஜிகே. கண்டிப்பா முடிச்சுடு.. அதையெல்லாம் அப்புறம் பார்த்துக்கலாம்... (பேச்சை முடித்துக்கொண்டு அவருகில் வந்து உட்கார்ந்து) அப்புறம் என்ன சார்?

வரத: ஜிகே யாரு...

மதி: நம்ம ஹாங்காங் பிராஞ்ச் மானேஜர்!

வரத: அந்த போன்கால் ஹாங்காங்லேர்ந்தா?

மதி: ஆமாம்!

வரத: அப்பா! அப்பேர்ப்பட்ட ஆளா நீ?

மதி: எல்லாம் உங்க தயவு வரது சார்! டீ சாப்பிடுங்க. நீனா, ஃபினான்ஸ் டைரக்டர், அப்புறம் ஜிகே... இவங்களைத் தவிர,

வேற யார் போன்ல கூப்பிட்டாலும் இல்லேனு சொல்லிடு... அப்புறம் சொல்லுங்க...

வரத: நீதாம்பா சொல்லணும்... இவ்வளவு பெரிய ஆபீஸ் வெச்சு அமர்க்களமா நடத்திண்டிருக்கே!

மதி: என்ன இருந்தாலும் உங்ககிட்ட வேலை பார்க்கறப்ப இருந்த திருப்தி இல்லை. வரது சார்.

வரத: ஒண்ணுமில்லை மதி! ஒரு சின்ன விஷயம் (பையிலிருந்து ஃபைலை எடுக்கிறபோது மறுபடி டெலிபோன் ஒலிக்கிறது.)

நீனா: (அதை எடுத்துத் தணிந்த குரலில் பேசி விட்டு) சார் டி.எஃப்!

மதி: ஒன் மினிட் வரது சார்... (போனை வாங்கி) மதி பேசறேன்! எய்ட் பாயிண்ட் ஃபைவுக்கு முடிச்சுடலாம்னு தோணுது. ஜிகே இப்பதான் போன் பண்ணான். ஓகேதானே? போர்டுல பிரச்னை இருக்காதே... உம்... ம்... ம்...

(வரதராஜன் மற்றொரு விஸ்தாரமான போன் சம்பாஷணை முடியக் காத்திருக்கிறார்.)

மதிவதனன்: சொல்லுங்க சார். டீ சாப்பிட்டீங்களா?

வரதராஜன்: ஆச்சுப்பா! நான் எதுக்கு இங்கே வந்தேன்னா... இந்த ஸ்கீம் ஒண்ணு...

மதி: உங்களுக்கெல்லாம் இப்போ எதுக்கு ஸ்கீம்? எவ்வளவு சக்ஸஸ் பாத்திருக்கீங்க, நாங்கள்லாம் உங்களால்தானே!

வரத: அதெல்லாம் பழசு மதி! எனக்கு இப்ப இந்த ஸ்கீம் ஒர்க் ஆகவேண்டியது ஒருமாதிரி கட்டாயமாப் போயிடுத்து. இதை பார்த்தேன்னா, ஒரு ப்ரோட்டோடைப் ஸ்டேஜ்... ஒரு ப்ரொடக்ஷன் ஸ்டேஜ்ணு ரெண்டா பிரிச்சு...

மதி (அதை வாங்கி மேலாகப் பார்த்து): ஏதோ ப்ராஸஸ் மாதிரி தெரியுது.

வரத (உற்சாகமாக): ஆமாப்பா... முதல்ல ஒரு பதினஞ்சாயிரம் செலவழிச்சு ஒரு ப்ரோட்டோ மாடல் செய்து ப்ரூஃப் பண்ணிட்டா அரப் கண்ட்ரிஸ்ல எல்லாம் காத்துண்டிருக்கா

இன்வெஸ்ட் பண்ண. ரொம்பப் பெரிய ஸ்கீம். உனக்குத்தான் முத முத காட்டறேன். அரப் கண்ட்ரிஸ்ல எமிரேட் ஏர்லைன்ஸ்ல கிருஷ்ணமூர்த்திக்கு அனுப்பிச்சிருந்தேனா... அதை வெள்ளைக் காரன் பார்த்துட்டு...

மதி (அவர் சொல்வதில் கவனிக்காமல்): நீனா ரமேஷை வரச் சொல்லு. வரது சார். எனக்கு இப்போ விவரமா இந்த ஸ்கீமைப் பார்க்கறதுக்கு நேரமில்லே. என்னை மிஸ்டேக் பண்ணிக்கா தீங்க. என் கார்ப்பரேட் இன்வெஸ்ட்மெண்ட்ஸ் டிபார்ட் மெண்டில ரமேஷ்னு ஒரு இன்ஜினீயர் இருக்கான். அவனைப் பார்க்கச் சொல்றேன். புத்திசாலிப் பையன்.

வரத: அதெல்லாம் பார்த்தாச்சுப்பா.

மதி: எப்பக்குள்ள உங்களுக்கு முடிவு சொல்லணும்?

வரத: இன்னிக்குள்ள சொல்லிட்டா நல்லது.

மதி: இன்னும் அரை மணி நேரம் காத்துக்கிட்டிருக்க முடியுமா?

வரத: ஓ யெஸ், எனக்கு வேற வேலை ஏது?

மதி: வாழ்க்கை முழுக்க ஒருத்தருக்குக் கைகட்டிச் சேவகம் பண்ணினதில்லை இவரு. தெரியுமா நீனா. எக்ஸ்கியூஸ் மி. (ரமேஷ் உள்ளே வருகிறான். துடிப்பான இளைஞன்.) ரமேஷ். இந்தப் ப்ரோபோஸலைக் கொஞ்சம் சீக்கிரமா பார்த்துட்டு எங்கிட்ட அபிப்பிராயம் சொல்லு. வரது சார். இங்கேயே உட் காருங்க... ரமேஷ் இங்கேயே பார்த்துருவான். ஒரு நிமிஷம்... நீனா, அந்தக் கல்கட்டா கால கனெக்ட் பண்ணிடு. (உள்ளே அவசரமாகப் போகிறார்.)

ரமேஷ் (அவரிடமிருந்து அந்தப் ஃபைலை வாங்கி): என்ன தூசியா இருக்கு? பார்த்தாப் பரவாயில்லை.

(வரதராஜன் மௌனமாக இருக்கிறார். ஆரம்பத்திலிருந்தே ரமேஷ் அவருக்குப் பிடிக்கவில்லை. ரமேஷ் அதை மரியாதை இல்லாமல் சரக்சரக்கென்று பிரிக்கிறான். அங்கங்கே கண்களை ஓட்டுகிறான். தன் பையிலிருந்து கால்குலேட்டர் எடுத்து, அதில் எண்களை ஒத்திக் கணக்கிட்டுப் பார்க்கிறான்.)

நீனா: ரமேஷ், நீங்க ஃப்ளாட் பார்க்கணும்ம்னு சொன்னீங்களே... என்ன ஆச்சு?

ரமேஷ்: அதை ஏன் கேக்கறே? ரொம்ப வாடகை சொல்றாங்க நீனா. என் மனைவியானா 'இது நல்லால்லை, அது நல்லால்லை'ன்னு... அவளைத் திருப்திப்படுத்தவே முடியாது... (இடையிடையே ஃபைலைப் பார்க்கிறான்)

வரத: இதைக் கொஞ்சம் பாத்துட்டு அப்புறம் பேசினா நன்னா இருக்கும்.

நீனா: சார் பாஸுக்கு ரொம்ப வேண்டியவர். சின்ன வயசி லிருந்தே பழக்கமாம்!

ரமேஷ்: அப்படியா! (மரியாதையுடன் பார்த்து) உக்காருங்க. எனக்கு யாரும் மரியாதை செலுத்தவேண்டியதில்லை. இந்த கம்பெனியில் நான் கார்ப்பரேட் லெவல்ல எது முடியும்னு மட்டும் பார்க்கிறேன். இன்வெஸ்ட் பண்ணுமாங்கறது அவருடைய டெஸிஷன்.

வரத: நான் கேக்கறது எல்லாம் ஒரு மாடல் தயாரிக்கறதுக்கு பதினஞ்சாயிரம் ரூபாய்ப்பா.

ரமேஷ்: அதும் ஒரு இன்வெஸ்ட்மெண்ட்தானே! நம்ம எம்.டி. எந்த முதலீட்டையும் எங்க டிபார்ட்மெண்ட் கிளியர் பண்ணாத் தான் மேல போவார். ஃபர்னஸ் ஆயிலா சார்?

வரத: ஆமாம்!

ரமேஷ்: லேட்டஸ்ட் ரேட்தானே போட்டிருக்கீங்க!

வரத: அது முக்கியமா என்ன யங்மேன்? நீ சின்ன வயசில ஜட்டி போட்டுண்டு அலைஞ்சபோது நான் முழுசா ஒரு தொழிற் சாலையை நிறுவனம் பண்ணி உங்க பாஸ் மதிவதனத்துக்கு வேலை பாத்துக் கொடுத்திருக்கேன். இப்போ நான் கேக்கற தெல்லாம் ப்ரோட்டோ மாடல்ப்பா. இதில் ஃபர்னஸ் ஆயில் கால்குலேஷன் எங்கே வரது?

ரமேஷ்: சார்... எம்.டி. எங்கிட்ட உங்க ப்ரொபோஸலை ஸ்டடி பண்ணச் சொல்லியிருக்கார்! நான் என் வேலையைத்தான் செய்யறேன்....

வரத: டு இட்!

(மேலும் கணக்குப் போட்டுப் பார்க்கிறான் ரமேஷ்)

வரத: இந்த கால்குலேஷன் எப்படி வருதுன்னு சொல்லிர்றேன்.

ரமேஷ்: தேவையில்லை சார். புரியுது!

வரத: அப்புறம், ஆர் ஓ ஐ கால்குலேஷன் எப்படின்னா?

ரமேஷ்: எங்கிட்ட சொல்றீங்க! என் பி.எச்.டி தீஸிஸ் சார் அது.

வரத (நீனாவைப் பார்த்து): வெறும்ன படிச்சா மட்டும் போறாது.

ரமேஷ் (ஃபைலை மூடி): ஓகே... பார்த்தாச்சு!

வரத: பார்த்தாச்சா?

ரமேஷ் (நீனாவிடம் போய்): பாஸ் உள்ளேதானே இருக்கார்.

நீனா: கல்கட்டா கால் பேசிட்டிருக்கார் (இண்டிகேட்டரைப் பார்த்து) இப்போ ஃப்ரீதான்... சீக்கிரம் போய்டு.

(ரமேஷ் உள்ளே செல்ல, நீனா வரதராஜனைப் பார்த்துப் புன்னகைத்து)

நீனா: ஹி இஸ் வெரி பிஸி!

வரத: இல்லாம பின்ன!

நீனா: அவர் பால்ய சிநேகிதர்ங்கறதுக்காக உங்களை சந்திச் சிருக்கார். இல்லேன்னா அப்பாயிண்ட்மெண்ட் வாங்கறதுக்கு ஏழு நாள் ஆயிடும்.

வரத: அப்படியா... ஏதோ இந்த மட்டிலும்...

(இதற்குள் மற்றும் நான்கு பேர் மதிவதனத்தைச் சந்திக்கும் நோக்கத்தில் நீனாவின் மேஜை அருகில் வந்து கூடுகிறார்கள்).

ஒருவர்: பாஸ் ஃப்ரியா!

நீனா: ரமேஷ் உள்ளே இருக்கார்!

மற்றவர்: காத்துக்கிட்டிருப்போம்... இன்னைக்கு பார்த்தே ஆகணும். டெஸ்பாட்ச்சஸ் எல்லாம் நின்னு போயிடுச்சு!

(வரதராஜன் எழுந்து நின்றுகொள்ள, அவர்கள் நெருக்கமாக உட்காருகிறார்கள்)

ஒருவர்: இந்த ரூமைக் கொஞ்சம் பெரிசாக்கணும் நீனா.

நீனா: நோ, பாஸுக்கு அதுலே இஷ்டமில்லே...

(சட்டென்று மதிவதனம் கையில் ஃபைலுடன் தன் அறைக் கதவைத் திறந்து உள்ளே நுழைகிறார்... எல்லோரும் எழுந்திருக் கிறார்கள்... பக்கத்தில் ரமேஷ் வேறு ஏதோ திசையில் சம்பந்த மில்லாது பார்த்துக்கொண்டு இருக்கிறான்.)

மதி: வரது சார், உங்க ஸ்கீமைப் பார்த்தோம். இதைப் பத்தி இப்ப உடனே தீர்மானம் பண்ணமுடியலை. சாயங்காலம் நானே வீட்டுக்கு வரேனே. இந்தச் சூழ்நிலைலே கவனம் செலுத்த முடியலை. உங்க அட்ரஸ் சொல்லுங்கோ நீனா கிட்ட. நான் ஆபீஸ் விட்டுத் திரும்பறப்போ நிச்சயம் வரேன். அப்போ விவரமாப் பேசலாம். என்ன?

வரத: மதி, நான் கேக்கறதெல்லாம் பதினஞ்....

(வரதராஜன் பேச முடியாமல் காத்திருக்க, மற்றவர்கள் மதிவதனத்தைச் சூழ்ந்து கொண்டு குழப்பமாகப் பல குரல்களில் ஏதோ சொல்ல, அவர்களைத் தன் அறைக்குள் அழைத்துச் செல் கிறார் மதிவதனம். வரதராஜனும், நீனாவும் மட்டும் பாக்கி யிருக்கிறார்கள்.)

நீனா: சார்! உங்க கார்டு இருக்குதா?

வரத: இல்லைம்மா... என் அட்ரஸ் சொல்றேன். பதிமூணு, கார் தெரு, திருவல்லிக்கேணி... அவருக்குத் தெரியும் வீடு...

நீனா: இனிஷியல்?

வரத: ஆர். வரதராஜன்...

(பஸ்ஸர் இருமுறை ஒலிக்க 'எக்ஸ்கியூஸ் மி' என்று சுருக் கெழுதுப் புத்தகத்துடன் உள்ளே செல்கிறாள் நீனா. வரதராஜன் தனியே இருக்கிறார். இங்குமங்கும் பார்க்கிறார். அங்கு சீருடை சிப்பந்தி வருகிறார்)

சிப்பந்தி: என்ன சார், டீயே சாப்பிடலை?

வரத: இல்லப்பா... கொஞ்சம் படபடன்னு வருது... கொஞ்சம் பிடிச்சுக்கிறியா?

சிப்பந்தி: யெஸ் சார்!

(வரதராஜன் உடம்பு சுகமில்லை. ஒருவாறு அவருக்குக் கண்கள் இருண்டு லேசாக, ஒரு கணத்துக்கு நினைவு சரிகிறது. அந்தச் சிப்பந்தி கோப்பைகளை வைத்துவிட்டு, அவரைப் பிடித்துக் கொள்கிறான்.)

சிப்பந்தி: பாத்து... பாத்து... தாத்தா...

(வரதராஜன் அவன் தோள்களை ஒரு நிமிஷம் பிடித்துக்கொண்டு சமாளிக்கிறார்.)

வரத: ஒண்ணுமில்லை... ஒரு மாதிரி இருட்டறாப்பல இருக்கு. இங்கே பக்கத்தில டாக்டர் இருக்காரா யாராவது?

சிப்பந்தி: எதுத்தாப்பல இருக்காரு டாக்டர் ராமாராவ்னு. அழைச்சுட்டுப் போகட்டுமா.

வரத: சரிப்பா!

சிப்பந்தி: (அவரைக் கைலாகு பிடித்துக்கொண்டு) பாத்து, பாத்து... விழுந்துராதீங்க... காலைல நாஷ்தா சாப்பிடலையா?

வரத: சாப்ட்டேன். என்னமோ இது மாதிரி இதுவரைக்கும் படபடப்பா வந்ததில்லை.

சிப்பந்தி: வயசு என்ன ஆச்சு உங்களுக்கு?

வரத: வயசுக்கென்னப்பா... இங்கே இருந்த அரைமணியிலேயே ஆறு வயசு தாண்டினாப்பல ஆயிடுத்து எனக்கு?

காட்சி 5

டாக்டர் ராமாராவின் கிளினிக். ஒரு வெண்மை யான நடமாடும் திரைக்கு அருகில் வரதராஜன் கழற்றின சட்டைப் பொத்தானைப் போட்டுக் கொண்டு படுக்கை பெஞ்சிலிருந்து இறங்கி எதிரே டாக்டர் மேஜைக்குப் பக்கத்தில் இருக்கும் ஸ்டூலில் உட்காருகிறார். டாக்டர் ராமாராவ் ஸ்டெத்தை எடுத்து வைத்துவிட்டு...

டாக்டர்: உக்காருங்க. சரியா (கண்களைப் பரி சோதிக்கிறார்) உங்களுக்கு எத்தனை வயசு மிஸ்டர் வரதராஜன்?

வரதராஜன்: அம்பத்தெட்டோ ஒம்பதோ... என்ன இன்னிக்கு எல்லாரும் வயசு கேக்கறா?

டாக்: இதுக்கு முன்னாடி இப்படி உங்களுக்குத் தலைச்சுத்தல் வந்திருக்கா?

வரத: இல்லை, வந்ததில்லை.

டாக்: ராத்திரி சரியாத் தூங்கறீங்களா?

வரத: ஒரு தடவை எழுந்திருப்பேன். ஏதாவது குருட்டு யோசனை பண்ணிண்டிருப்பேன். மறுபடி தூக்கம் சில நாள் வரும், சில நாள் வராது.

டாக்: நீங்க என்ன உத்தியோகம் பார்த்துண்டிருந்தீங்க?

வரத: லைஃப்ல ஒரு உத்தியோகமும் பார்த்ததில்லை. நான் ஒரு... என்ன சொல்றது... எண்டர்ப்ரெனர் இண்டஸ்ட்ரியலிஸ்ட். நான் யாருன்னு சொல்றதே எனக்குக் கஷ்டமா இருக்கு. என்ன பார்க்கறேள்?

டாக்: உங்களுக்கு டயாபடிஸ் இருக்கிறதா யாரும் உங்களுக்குச் சொல்லலையா? எப்பவாவது ப்ளஷ்ஷுகர் பரிசோதனை பண்ணிப் பார்த்திருக்கீங்களா?

வரத: இல்லை...

டாக்: கால் எரிச்சல்... மஸ்குலர் பெயின்?

வரத: நீங்க சொன்னப்புறம் இருக்காப்பலதான் தோண்றது!

டாக்: ஸ்மோக் பண்ணுவீங்க இல்லையா?

வரத: அப்பப்ப ஒண்ணு ரெண்டு...

டாக்: முழுசா பாக்கெட் இருக்கு பையில! உங்க குடும்ப டாக்டர் யாரு?

வரத: அப்படின்னு யாரும் இல்லை. சிங்கராச்சாரி ஸ்ட்ரீட்டில நஞ்சுண்டன்னு ஒருத்தர் இருக்கார். ஏதாவது இதுன்னா அவர் கிட்டதான் போவோம். பழுப்பா ஒரு மாத்திரை எல்லாத்துக்கும் கொடுப்பார். அதிகம் போனதில்லை. அவரே இப்பவோ அப்பவோனு இருக்கார்!

(ஒரு சிப்பந்தி வந்து டாக்டரிடம் ஒரு ரிப்போர்ட்டைக் கொண்டு தர, அதைப் பார்க்கிறார். வரதராஜன் ஆவலுடன் காத்திருக் கிறார்.)

வரத: ஒண்ணும் சீரியஸ் இல்லைதானே?

டாக்: ஆமாம்... சீரியஸ்தான். உங்க ப்ளட் ஷுகர் நானூற்றம் பதுக்கு மேல இருக்கு. ப்ளட் பிரஷர் எகிறிக் குதிக்கிறது. மாடிப்படி ஏறினா மூச்சு வாங்கறதா?

52

வரத: அது எல்லாருக்கும் வயசானா இருக்குமில்லையா?

டாக்: அம்பத்தொம்பதெல்லாம் ஒரு வயசா வரதராஜன்! நான் உங்க டாக்டருக்கு ஒரு லெட்டர் எழுதித் தரேன். அதை உடனே காட்டிருங்க. உங்களை அட்மிட் பண்ணி உங்க டயாபட்டிஸை முதல்ல கண்ட்ரோல் பண்ணணும். அதுக்கப்புறம் பி.பி.க்கு மாத்திரை சாப்பிடணும். நீங்க இருக்கறது திருவல்லிக்கேணில. அதனால தினம் இங்கே வர முடியாது. ஆனா, இது ரொம்ப சீரியஸ். உடனே நீங்க வைத்தியம் பார்த்துக்கணும். இல்லேன்னா ஏதாவது தீவிரமாக் கொண்டுபோயிடும்...

வரத: தாங்ஸ்! இப்ப எல்லாமே க்ளியராயிடுத்து. அஜீரணம்... (கடிதத்தை வாங்கிக்கொண்டு, அதை தன் பையில் போட்டுக் கொள்கிறார்.)

டாக்: இல்லை! இது வேற. உடனே கவனியுங்கோ...

வரத (பையிலிருந்து பணம் எடுத்து): எத்தனை சார்?

டாக்: வெளியே பையன் சொல்லுவான். அவன்கிட்ட கொடுங்கோ!

வரத: தாங்க்ஸ்!

டாக்: உடனே டாக்டர்கிட்ட போங்கோ... இதுவே நானா இருந்தா உடனே அட்மிட் பண்ணிடுவேன்.

வரத (குழப்பமாக): சரி, ஸ்ட்ராங்காவே சொல்லிட்டீங்க. என் டாட்டர் கல்யாணம் ஒண்ணு ஏற்பாடு பண்ணவேண்டியிருக்கு!

டாக்: முதல்ல டாக்டர், அப்புறம் டாட்டர்!

வரத: வரேன்!

டாக்: பஸ்ல போகாதீங்க, ஆட்டோ எடுத்துண்டு நேரா வீட்டுக்குப் போன காரியமா உங்க டாட்டரை கூப்பிட்டுண்டு டாக்டரைப் பார்க்கப் போங்கோ... தாமதமே வேண்டாம்!

காட்சி 6

வரதராஜனின் வீடு. ஊஞ்சலில் வரதராஜனின் மனைவி உட்கார்ந்து ஸ்தோத்திரம் படித்துக்கொண் டிருக்கிறாள். சீருடை டிரைவர் ஒருவர் வந்து ஒரு கூடை பழங்களை வைக்கிறார்...

மனைவி: யாருப்பா?

டிரைவர்: அவரு இல்லீங்களா?

மனைவி: மதிவதனத்தைப் பார்க்கப் போயிருக்கார். நீ யாருப்பா?

டிரை: மதிவதனம் சாருடைய டிரைவர்ம்மா! அவரே வந்திருக்காரு...

மனைவி: யாரு?

டிரை: மதி சார்!

மனைவி (சட்டென்று எழுந்திருக்க... மதிவதனம் சுற்றிலும் பார்த்துக் கொண்டு உள்ளே நுழைகிறார்) வாப்பா! அவர்...

மதி: அப்படியே இருக்குது... வீடு மாறவே இல்லே!

மனைவி: அவர் உன்னைத்தானே தேடிண்டு கார்த்தாலேயே போயிட்டாரே!

மதி: வந்திருந்தார் அண்ணி... வந்து ஒரு ஸ்கீமை என்கிட்ட கொடுத்தார்... சுண்ணாம்புகூட அடிக்கலை போலிருக்கே... வரது சார் வரலையா? நான் வரப்போவதாச் சொல்லலையா?

மனைவி: வரலையே இன்னும்!

(மதிவதனம் அருகில் ஒரு நாற்காலியைக் கொண்டு போடுகிறாள்.)

மதி: எங்கே கல்யாணி?

மனைவி: இன்னும் ஆபீஸ்லேருந்து வரலை...

மதி: நீங்க இருக்கறதும் ஒரு விதத்துல சௌகரியமாத்தான் போச்சு. பாருங்கம்மா. காலையில வரது சார் என்னைப் பார்க்க வந்திருந்தார். அவர் என்னைப் பார்க்க வந்திருக்கவே வேண்டாம். ஒரு போன் கால் போட்டிருந்தா நான் ஓடி வந்திருக்க மாட்டேனா?

மனைவி: அதனால என்னப்பா... இப்ப நீ ரொம்ப பெரிய மனுஷன் ஆயிட்டேன்னு எல்லாரும் பேசிக்கறதைக் கேக்க சந்தோஷமா இருக்கு!

மதி: அண்ணி உங்களையும் வரது சாரையும் பொருத்தவரையில் நான் இன்னும் பழைய மதிதான்... இதே தூண்தான்! எத்தனை காபி சாப்பிட்டிருக்கேன். உஙக வீட்டிலேயே வளர்ந்தவன் தானே நான்... வரது சார் இல்லேன்னா, நான் இந்த நிலைமைக்கு வந்திருக்க முடியுமா?

மனைவி: (சந்தோஷத்துடன்) தீர்க்காயுசா இருப்பா. பழைய விசுவாசம் மாறாம இருக்கியே... அதுவே பெரிசு!

மதி: இந்த ஸ்கீமை அவர் வந்தா கொடுத்துற்றீங்களா?

மனைவி: என்ன ஆச்சி! இதைப் பத்தி ஏதாவது பேசினாரா? என்னவோ...

55

மதி: இதை அவர்கிட்ட சொல்லாதீங்க... இதில் இருக்கற ஸ்கீம் வொர்க் பண்ணாது. இப்ப இந்த டெக்னாலஜி ப்ராஸஸ் எல்லாம் மாறிப்போச்சு. அவர் இன்னமும் ஆயிரத்துத் தொள்ளாயிரத்து அம்பதிலேயே இருக்கார் அதனால இந்த மாதிரி ஸ்கீமை என் போர்டு ஒப்புத்துக்காது. அவர் ஏதோ பணம் கேட்டார். ப்ரொட்டோடைப் பண்ணணும்னு. பணத்தைக் கொடுக்கறதைப் பத்தி எனக்குத் தயக்கமில்லை. ஆனா பணம் வேஸ்ட் ஆயிடும்.

மனைவி: நீ சொல்றது வாஸ்தவம்தாம்ப்பா... பின்கட்டு பூரா மாடல் மாடல்னு குப்பையா வெச்சிருக்கார்!

மதி: வரது சார் ஒரு கால கட்டத்துல ஒருவித எக்ஸ்பர்ட்டா இருந்தார். அந்தக் காலம் இப்ப மாறிடுச்சு. இப்ப ப்ராஸஸ் கண்ட்ரோல்ங்கறதே என்னென்னவோ சிப்புகளையெல்லாம் கொண்டு வந்துட்டானுக. அதை அவர் புரிஞ்சுக்கலை!

மனைவி: அதை நான் சொல்ல முடியுமாப்பா மதி!

மதி: நான் சொல்றேன், உரிய சமயம் வற்றப்ப. ஆனா நான் வந்தது வேற காரியத்துக்காக. வரது சார் இப்ப என்ன பண்ணிட்டிருக்கார் சம்பாத்தியத்துக்கு. ஜீவனத்துக்கு? கேக்க றேன்னு கோவிச்சுக்காதீங்க...

மனைவி: கேக்கலாம்ப்பா. தப்பில்லே! நான் சொல்றேன். கல்யாணி சம்பளத்திலதான் வண்டி ஓடறது...

மதி (யோசனையுடன்): அப்படியா! கல்யாணி எங்கே வேலையா இருக்கு?

மனைவி: பாங்க்ல க்ளார்க்கா இருக்கா! கல்யாணம் நடக்கப் போறது! நல்ல பையன்தான்.

மதி: கல்யாணம் ஆனப்புறம் என்ன செய்யப் போறீங்க?

மனைவி: அதுதான் பெரியப் பிரச்னை. இப்போ... அவளானா தொடர்ந்து சப்போர்ட் பண்றேங்கறா... எனக்கு அதில இஷ்டமே இல்லை. நியாயமாப் பார்த்தா, நாங்க செலவழிச்சுக் கல்யாணம் பண்ணிக் கொடுக்கணும். அவளே எல்லாச் செலவும் பண்ணிண்டு பாத்திரம், நகன்னு சேர்த்து வெச்சு ரெஜிஸ்டர் ஆபீஸ்ல கல்யாணம் பண்ணிக்கப்போறா... இவரானா ஆச்சா போச்சானு எகிறிக் குதிக்கிறார்...

மதி: உங்க சொத்தெல்லாம்?

மனைவி: போச்சு. தங்கைகள் கல்யாணத்துலயே... அவாள்லாம் அமெரிக்காவிலும் கனடாவிலும் இருக்கா... அட்ரஸ்கூடத் தெரியாது.

மதி: வீடு?

மனைவி: கடன்ல மூழ்கப் போறது... பாங்க்காரா இப்பவே வந்து அளந்து பார்த்துண்டிருக்கா!

மதி: அண்ணி! ஒண்ணு சொல்லட்டுமா! வரது சாரை இந்த ஸ்கீம் பிஸினஸையெல்லாம் மறந்துபோயிரச் சொல்லுங்க. நான் உங்க குடும்பத்துக்கு ஸ்திரமா ஒரு ஏற்பாடு பண்றேன். அவருக்கு வயசு எவ்வளவு ஆச்சு?

மனைவி: அம்பத்தொன்பதுப்பா...

மதி: ஹெல்த் எப்படி?

மனைவி: அதெல்லாம் நன்னாத்தான் இருக்கார்!

மதி: மாசம் உங்களுக்குத் தொள்ளாயிரம் ரூபா, ஆயிரம் ரூபா வரும்படியா ஏற்பாடு செய்துகொடுத்தா, ரெண்டு பேருக்கும் போதுமா?

மனைவி: ஏதேஷ்டம்!

மதி: இந்த வீட்டின் பேர்ல எத்தனை கடன் வாங்கியிருக்கார்?

மனைவி: அது அவருக்குத்தான் தெரியும்...

மதி: எங்கே அவரு... (கைக்கடிகாரத்தைப் பார்க்கிறார்.)

மனைவி: வரணும், என்னமோ தெரியலை!

மதி: அப்ப ஒண்ணு செய்யுங்க... நான் வந்துட்டுப் போனதா சொல்லுங்க. ஒரு லக்ஸ்ரி கோச் கம்பெனி வெச்சிருக்கேன். தினப்படி பங்களூர், ஹைதராபாத், பம்பாய்க்குனு பத்து வண்டிகள் ஓடுது... அதில ஒரு மானேஜர் வேலை காலியா இருக்குது... சாயங்காலம் ரெண்டு மூணு மணி நேர வேலைதான். சம்பளமாப் போட்டுக் கொடுத்துர்றேன். தொள்ளாயிரத்துல ஆரம்பிக்கலாம். அப்புறம் இந்த வீட்டின் பேர்ல இருக்கற

கடனை அடைச்சுடறேன். அவர்கிட்ட சொல்லிடுங்க. ப்ரோட் டோடைப் அது இதுன்னு காலத்தை விரயம் பண்ணிட்டிருக்க வேண்டாம்னு சொல்லிடுங்க...

மனைவி (குழப்பத்துடன்): நீ சொல்றது சரிப்பா.. அவர் ஒப்புத்துப்பாராங்கறது... அதுவும் நான் சொன்னா?

கல்யாணி: (அலுவலகக் களைப்புடன் வருகிறாள்.) அம்மா, யாரோட காரு வாசல்ல... (மதியைப் பார்த்து) ஸாரி!

மதி: அட, கல்யாணி! எத்தனை வளர்ந்துட்டே... சின்னப் பிள்ளையிலே... அது என்ன வேஷம், ஸ்கூல்ல ஆண்டாளா கொண்டையெல்லாம் வெச்சுக்கிட்டு?

கல்யா: யாரும்மா இது?

மனைவி: நம்ம மதிவதனம்... தெரியலையா?

கல்யா: ஸாரி! உங்களைப் பத்தி கேள்விப்பட்டிருக்கேன். அப்பா நிறையச் சொல்லியிருக்கார். பேப்பர்ல எல்லாம் பார்த் திருக்கேன்.

மதி: எல்லாம் உங்கப்பாவாலதாம்மா கல்யாணி! கல்யாணம் பண்ணிக்கப் போறியாமே?

கல்யா: ஆமா சார்!

மதி: வாழ்த்துக்கள்! எப்போ கல்யாணம்?

கல்யா: வர வெள்ளிக்கிழமை இருக்கலாம்...

மதி: நான் பாங்காக்கில் இருப்பேன். மறுபடி வந்து பார்க்கிறேன். உங்க அம்மாகிட்ட எல்லா விவரமும் சொல்லியிருக்கேன். கவலையே படாதீங்க. நான் இருக்கற வரைக்கும் இந்தக் குடும்பத்தைச் சரிய விட மாட்டேன். அது மட்டும் நிச்சயம். எல்லா விவரமும் அம்மாகிட்ட சொல்லியிருக்கேன்.

மனைவி: காபி சாப்பிட்டுட்டுப் போப்பா...

மதி: இல்லேம்மா... மற்றொரு சந்தர்ப்பத்துல வர்றேன். கல்யாணிக்குக் கல்யாணம் விசாரிக்க... அப்ப!

(மதிவதனம் செல்ல, அவர் போன திசையையே பார்த்துக் கொண்டிருக்கிறாள் மனைவி)

மனைவி: நானும் என்னவோ நினைச்சுண்டிருந்தேன். ரொம்ப பெரிய மனுஷத்தன்மையா நடந்துண்டாரம்மா...

கல்யா: என்னம்மா சொன்னார்? அப்பாவோட ஸ்கீமைப் பார்த்தாரா?

மனைவி: பார்த்தானாம்!

கல்யா: என்ன சொன்னார்?

மனைவி: ஒரு காசு பெறாதுன்னுட்டான்... எல்லாமே மாறிப் போச்சாம்.

கல்யா: அடடா!

மனைவி: அப்பாவுக்கு ஆயிரம் ரூபா சம்பளத்திலே வேலை போட்டுக்கொடுக்கறேன்னு சொல்றான். வீட்டுக் கடனை அடைக்கறேங்கறான். கல்லி! எப்படியாவது நீ அப்பாட்ட சொல்லி சம்மதிக்க வெச்சுடேன்!

கல்யா: ஊஹ்-ஹும்! ஒப்புத்துக்கமாட்டார்ம்மா...

மனைவி: ஒரு நாளைக்கு ரெண்டு மணி நேரம்தான் வேலையாம்...

கல்யா: இப்ப எதுக்கு அவர் வேலைக்குப் போகணும்?

மனைவி: நீ கல்யாணமாயிட்டுப் போயிட்டேன்னா?

கல்யா: என்னம்மா, எத்தனை தடவை சொல்றது... 'நான் சம்பாதிக்கிறேன்; நான் சமாளிக்கிறேன்'னு. எதுக்காக இந்த மனுஷன் வேலைக்குப் போகணும்?

மனைவி: உனக்குத் தெரியாதம்மா, தெரியாது!

கல்யா: என்ன தெரியாது?

மனைவி: பெண் சம்பாத்தியத்துல குடும்பம் நடத்தறது எனக்குப் பிடிக்கலைம்மா. நாங்க ரெண்டு பேரும் உள்ளுக்குள்ள படற வேதனை உனக்குத் தெரியாதும்மா!

கல்யா: இதுல என்ன வேதனை இருக்கு? நான் சம்பாதிக்கறது உங்க செலவுக்குப் போதும்... ஏதாவது சும்மா இமாஜின் பண்ணிக்காதே... நான் ஏதாவது உங்களைத் திட்டினேனா... என்னால முடியாதுன்னு சொன்னேனா, எதுக்காக அநாவசியமாப் போட்டுக் குழப்பறே?

மனைவி: நீ கேட்டுப் பாரேம்மா!

கல்யா: நான் கேக்கமாட்டேன். என்னைப் பொருத்தவரையில் எல்லாம் க்ளியர்... எனக்கு அவரை இந்த வயசில வேலைக்கு அனுப்பறதிலே இஷ்டம் இல்லை! எப்பவாவது அவர் யார்கிட்டயாவது வேலை பார்த்திருக்காரா?

மனைவி: கேட்டுப் பார்க்கறதில் என்ன தப்பு?

கல்யா: நீயே கேட்டுக்கோ!

(அப்போதுதான் வரதராஜன் வருகிறார். சற்றே சோர்ந்து ஊஞ்சலில் உட்காருகிறார்.)

வரதராஜன்: அப்பப்பா! என்ன பஸ்ஸு... பெரியவாளுக்கு மரியாதையே இல்லாம! யாருக்கும் மரியாதை இல்லை இப்ப... கல்யாணி, நீ எப்ப வந்தே? மதிவதனத்தைக் கார்த்தாலேயே பார்த்துட்டேன். என்ன சொன்னான் தெரியுமா. 'வரது சார்! ஸ்கீம் ரொம்ப இன்ட்ரஸ்டிங்கா இருக்கு, நாளைக்குச் சொல்றேன்'னு சொன்னான். அடேயப்பா! என்ன ஒரு ஆபீஸ் ரிசப்ஷன்! என்ன பிஸியா இருக்கான். ஹாங்காங்குங்கிறான் பாங்காக்குங்கிறான், பதினெட்டு பேர் காத்திண்டிருக்கா அவனைப் பாக்கறதுக்கு, ஒரு வாரமா அப்பாயிண்ட்மெண்ட் வாங்கிண்டு. எல்லாரையும் விட்டுட்டு அப்படியே நேரா என்னை வந்து கட்டிண்டு, 'வரது சார். நீங்க என்னைப் பார்க்கவரதாவது'ன்னு... கண்ணுல ஜலம் தளும்பறது. நான் கொடுத்த ட்ரெயினிங்...

(இருவரும் மௌனமாக அவரையே பார்த்துக் கொண்டிருக்கிறார்கள்.)

வரத: ஸ்கீம் ரொம்ப இன்டரஸ்டிங்குனு சொன்னான். என்ன, ரெண்டு பேரும் வெச்ச கண் வாங்காம பார்த்துண்டிருக்கீங்க?

மனைவி: கார்த்தால போனவர் எங்கே ஆளைக் காணோம்?

வரத: அது என்னன்னா, லேசா படபடப்பா இருந்தது. ஒரு பார்க்கில உக்காந்துட்டு...

கல்யாணி: சிகரெட் பிடிச்சுட்டு... ப்ரெண்ட்ஸ்கிட்ட போய்... லைப்ரரிக்குப் போய் அரட்டையடிச்சுட்டு...

மனைவி: இங்கே மதிவதனம் உங்களைத் தேடிண்டு வந்தான்!

வரத: அப்படியா? வந்துட்டானா? என்ன சொன்னான்?

மனைவி: பழம் கொண்டுவந்து கொடுத்திருக்கான் பாருங்கோ. அவனை இங்கே வரச் சொல்லிட்டு நீங்க பாட்டுக்கு ஊர் சுத்தப் போயிட்டேள்!

வரத: ஊர் சுத்தலைடி. படபடன்னு வந்ததுன்னு சொன்னேனே, இல்லையா! அவன் வருவான்னு நினைக்கலை நான்!

மனைவி: ஏதாவது ஒரு சாக்கு. எனக்குக் கையும் ஓடலை, காலும் ஓடலை. அத்தனை பெரிய மனுஷன் வீடு தேடி வந்திருக்கான்.

வரத: இருக்கட்டும். அவன் என்ன சொன்னான் ஸ்கீமைப்பத்தி... ஏதாவது சொன்னானா?

கல்யா: நான் போறேம்மா... குளிக்கணும்... என்ன டிபன் பண்ணியிருக்கே?

மனைவி: அவல் உப்புமா.

வரத: அவல் உப்புமா கிடக்கட்டும். என்ன சொன்னான் மதி? (கல்யாணி அந்த இடத்தில் இருக்க விருப்பமில்லாமல் நழுவு கிறாள்.)

மனைவி: வந்து வந்து...

வரத: என்ன வந்து போயி? சரியாச் சொல்லு, முழுங்காதே.

மனைவி (சட்டென்று தீர்மானித்து): அவன் அந்த ஸ்கீமைப் பார்த் தானம். அதில ஏதோ தப்பு இருக்காம். 'பணம் கொடுக்கறதில எனக்கு ஆட்சேபணையில்லை. ஆனா, அது வேஸ்ட் ஆயிடும். அதுக்குப் பதிலா...'

வரத (கோபம் எழ): பதிலா?

மனைவி: அவன் கம்பெனி ஒண்ணுல பார்ட் டைமா ஒரு நாளைக்கு ரெண்டு மணி நேரம் வேலை ஒண்ணு இருக்காம். மாசம் தொளாயிரம் ரூபா தரானாம். அப்புறம் இந்த வீட்டின் பேரில் இருக்கற கடனை அடைச்சுற்றானாம்.

வரத: அப்படியா! வீட்டின் பேர்ல கடன் இருக்கறதா யார் சொன்னா?

மனைவி: அவன் கேட்டான். நான் சொன்னேன்...

வரத: கேட்டான்; சொன்னே. வேற என்ன சொன்னே? புருஷன் சம்பாதிக்கலை. பொண்ணுதான் சம்பாதிசுக் கொட்டறா...

மனைவி: அதையும் அவன்தான் கேட்டான்...

வரத: ஸ்கீம் ஏன் சரியில்லையாம்? அவனுக்கு என்ன தெரியுமாம்? ப்ராஸஸ் பத்தி?

மனைவி: அது என்னவோ எனக்கு ஒண்ணும் புரியலை. எம்மேல் பாயாதீங்கோ...

வரத: வெக்கமா இல்லையா உனக்கு? அவன்கிட்ட பிச்சை கேட்டீங்களா தாயும் மகளும்!

மனைவி: என்னது, என்னென்னவோ பேசறேள்?

வரத: நான் அவன்கிட்ட போனது பிச்சை கேக்க இல்லே. நான் போனது ஒரு ஆணித்தரமான ப்ரொபோஸலுக்கு ஃபைனான்ஸ் பண்ணுவியான்னு கேக்க. இவன் இல்லாட்டா துபாயிலேருந்து இன்வெஸ்ட் பண்ண ஆள் இருக்கான்...

மனைவி: துபாயிலேருந்து கடுதாசி வந்திருக்கு. அலமாரிலே வெச்சிருக்கேன்.

வரத: எதுக்காக அவன்கிட்ட போய் 'வீட்டின் பேர்ல கடன்... அதை அடை, எம்பொண்ணு கல்யாணத்துக்குப் பணம் கொடு'ணு எல்லாம் பிச்சை கேக்கணும்?

மனைவி: அப்படி யாரும் கேக்கலை...

வரத: புத்தி போயிருக்கு பாரு! பிச்சைக்கார ஜென்மம். எனக்கு வந்து வாச்சிருக்கீங்க பாரு... என் பேரைக் கெடுக்கறதுக்குன்னே அம்மாவும் பெண்ணும்...

மனைவி: அவளை ஏன் சொல்றீங்க? என்னை வேணாச் சொல்லுங்கோ... பாழாப்போற ஜென்மம். அவ என்ன பண்ணா?

வரத: கல்யாணத்துக்கு அவசரம் பாரு! அப்பன்கிட்ட ஒத்தைக் காசு இல்லேன்னு எல்லாருக்கும் காட்டறதுக்கு ரெஜிஸ்டர் மேரேஜ் வேற இவளுக்கு. ஜாதி விட்டு ஜாதி. என்னால் சம்பாதிக்க முடியலேங்கற ஒரே காரணத்தை வெச்சுண்டு ரெண்டுபேரும் இந்த ஆட்டம் ஆடறீங்க...

மனைவி: அர்த்தமில்லாமப் பேசாதீங்க... நானும் பொறுத்துப் பொறுத்துப் பார்த்தாச்சு. அவன் எல்லாம் பணிவா, அன்பா பழைய விசுவாசம் மாறாமத்தான் சொன்னான். 'கேட்டுப் பாருங்கோ'னு ஒரு வேண்டுகோள் மாதிரிதான் சொன்னான்.

வரத: என்ன சொன்னான்?

மனைவி: அதான்! மாசம் தொளாயிரம் ரூபா சம்பளம் கொடுக் கறேன். ஒரு வேலை போட்டுத் தரேன்...

வரத: அதுக்கு நீ ஒப்புத்துண்டியா?

மனைவி: நான் என்ன ஒப்புத்துக்கறது? நீங்கன்னா ஒப்புத்துக் கணும். வேலைக்குப் போகப் போறது நீங்கன்னா.

வரத: நான் என் வாழ்நாள்ல யாருக்காவது எப்பவாவது கை கட்டிச் சேவகம் பண்ணியிருக்கேனா? அதும் எங்கிட்ட வேலைக் காரனா இருந்தவன்கீழ மாதச்சம்பளத்துக்கு வேலை பார்க்கணுங் கிறியா... இதைவிட அவமானம் இருக்க முடியுமா?

மனைவி: இருக்கு... பொண்ணுக்குக் கல்யாணம் ஆன பிற்பாடும் அவகிட்ட அரிசிக்கும் நெருப்புப்பெட்டிக்கும் தொங்கறது எனக்குப் பெரிய அவமானமாத் தோண்றது!

வரத: அதைத் தவிர்க்கறதுக்குத்தான் இந்த அலை அலைய றேனே... ப்ராஜெக்டு ஸ்கீம்னு எதுக்காக அங்காடி நாய்போல இவனே அவனேனு பதினஞ்சாயிரத்துக்கு அலையறேன்... இந்த அவமானத்திலேருந்து உன்னையும் என்னையும் மீட்கறதுக்குத் தான். அது மட்டும் இல்லை. பெண்ணுக்கு டீஸண்டாக் கல்யாணம் செய்து கொடுக்க, இந்த வயசிலேயும் கொஞ்சம் சொத்து சேர்க்க, என்னை சமூகத்தில் மறுபடி நிரூபிச்சுக்காட்ட, எல்லாத்துக்கும் சேர்த்து வெச்சுத்தான் இந்த ஸ்கீம்! கொஞ்சம்

பொறுத்திரும்மா. உம் பொண்ணு கிட்டேயும் சொல்லு கொஞ்சம்... ஒரு மூணே மாசம். வரதராஜன் பாரு. எப்பேர்ப் பட்டவன்னு நிரூபிச்சுக் காட்டறேன்...

மனைவி: எனக்கென்னவோ மூணு மாசத்துலே ஏதும் நடக்கப் போறதா நம்பிக்கை இல்லை!

வரத: எதுக்காக இப்படிச் சொல்றே?

மனைவி: முப்பது வருஷத்துல நடக்காதது, மூணு மாசத்துல நடக்கப்போறதா? எதுக்காக இந்தப் பெருமை? அவன்தான் லைட்டா ஒரு உத்தியோகம் போட்டுக் கொடுக்கறேங்கறான். பேசாம அதை நீங்க எடுத்துண்டா நம்ம கஷ்டம் எல்லாம் விடியும். ஏன் இந்தச் சின்ன விஷயம் உங்களுக்குப் பளிச்சுனு தெரியமாட்டேங்கறது? யாருக்கும் கைகட்டி சேவகம் பண்ண தில்லைங்கறது ஒரு பெரிய விஷயமா? எத்தனை பேர் சேவகம் பண்றா. எத்தனை பேர் வேலைக்குப் போறா. மதிவதனம் என்னவோ பாவம் பண்ணிட்டாப்பல சொல்றேளே? அவன் ரொம்ப சீக்கிரம் நம்ம நிலைமையை உணர்ந்துண்டு கொஞ்சம் கூட மனசு புண்படாம, 'அண்ணி, நீங்க அவரைக் கேட்டுப் பாருங்கோ. ஒப்புத்துண்டா ஏற்பாடு பண்றேன்' அப்படின்னு தான் சொன்னானே ஒழிய, மரியாதைக் குறைவா ஏதும் இல்லை.

வரத: கொஞ்சம் எனக்கு டயம் கொடுங்கோ, ப்ளீஸ்!

மனைவி: என்ன வேணா பண்ணுங்கோ, என் கடமை என்ன? வேளா வேளைக்கு உங்களுக்கு சமைச்சுப் போடறது, கேள்வி கேக்காம இருக்கறது. ப்ராஜெக்ட் பண்றீங்களோ, கடன் வாங்கறீங்களோ, வேலைக்குப் போறீங்களோ, இல்லே பெண்ணுக்கும் அப்பாவுக்கும் ஒப்பந்தமோ. எது வேணா இருந்துட்டுப் போகட்டும். எனக்கென்ன, அவமானப்பட எல்லாம் உரிமை இருக்கா என்ன? வெறும் பன்னாடை நான். (போகிறாள்).

வரத: சே என்ன ஒரு ஐந்துக்கள்... (துபாயிலிருந்து வந்திருக்கும் கடிதத்தை அலமாரியில் பார்க்கிறார்.) துபாய்லேருந்து இந்தக் கடுதாசி எப்ப வந்தது? (பிரித்துப் பார்க்கிறார். ஆவலுடன் படிக்கிறார்.)

அன்புள்ள வரதராஜன் அவர்களுக்கு...

உங்கள் பதினெட்டு பன்னிரெண்டு தேதியிட்ட கடிதம் கிடைக்கப் பெற்றேன். நீங்கள் குறிப்பிட்டபடி ப்ரோட்டோடைப் தயாரிக்க இந்தக் கடிதத்துடன் பதினைந்தாயிரம் ரூபாய் அனுப்புவதாகத் தான் இருந்தேன். ஆனால், கடைசி நிமிஷத்தில் சில எதிர்பாராத செலவினங்கள் ஏற்பட்டுவிட்டதில் அனுப்ப இயலாமற் போய்விட்டது. (வரதராஜனின் முகத்தில் ஏமாற்றம்) உங்கள் திட்டத்தின் பிரதியை மற்றொரு இன்ஜினீயர் பார்த்துவிட்டு அது இன்றைய நடைமுறைக்கு லாபம் தருவதாகாது என்று ஏதோ சொன்னார். விவரம் கேட்டு அவரிடம் ஒரு குறிப்பு கேட்டிருக் கிறேன். அதை விரைவில் அனுப்புகிறேன். நான் பணம் அனுப்பாததற்கும் அந்த இன்ஜினீயரின் அபிப்பிராயத்துக்கும் எந்தவிதச் சம்பந்தமும் இல்லை.

உங்கள் உண்மையுள்ள

....

(கடிதத்தை வெறித்துப் பார்க்கிறார். சற்று நேரம் யோசனையில் இருக்கிறார்.)

சே! ஒரு பதினஞ்சாயிரம் ரூபாய் பெறமாட்டேனா நான்? யாரைக் கேக்கறது...

(கடிதத்தைக் கிழித்து எறிகிறார். இதனிடையில் மெள்ள மெள்ள இருட்டாகிறது. வரதராஜன் ஊஞ்சலில் லேசாக ஆடிக்கொண் டிருக்க அது எண்ணெய் இல்லாமல் 'கீச் கீச்' என்று ஆடும் சத்தம் மட்டும் கேட்கிறது. கல்யாணி வருகிறாள்.)

கல்யா: என்னப்பா இருட்டில உக்காந்துண்டு இருக்கீங்க? (விளக்கைப் போடுகிறாள்).

வரத: நான் ரொம்ப உதவாக்கரைம்மா!

கல்யா: ஏம்பா அப்படிச் சொல்றீங்க?

வரத: ரொம்ப உதவாக்கரை! அரைக் காசுக்குப் பிரயோஜனம் இல்லாத ஆளு! எல்லாருக்கும் நான் போனப்புறம் சிரிக்கிறா. முதுகில தெரியறது எனக்கு.

கல்யா (பரிவுடன்): அப்பா! அம்மா என்கிட்ட அதைப் பத்திச் சொன்னா...

வரத: எதைப் பத்தி?

கல்யா: மதிவதனம் உங்களுக்கு வேலை கொடுக்கறதைப் பத்தி... நான்தான் 'அப்பா இதுக்கு ஜென்மத்துக்கும் ஒப்புத்துக்க மாட்டார்'னு சொன்னேன்.

வரத: இட்ஸ் எ க்வெஸ்சன் ஆஃப் ஸெல்ப் ரெஸ்பெக்ட்!

கல்யா: அப்பா. நான் கல்யாணம் பண்ணிக்கிறதில் கோபமாப்பா உங்களுக்கு?

வரத: இல்லேம்மா. கோபப்பட அருகதை இல்லை எனக்கு...

கல்யா: அப்படிச் சொல்லாதீங்கப்பா.

வரத (அவள் கூந்தலை வருடி): என் பொண்ணு ரெஜிஸ்டர் ஆபீஸ்ல கல்யாணம் பண்ணிக்கிறதானு எனக்கு ஆதங்கப்படக் கூட உரிமையில்லைன்னு தோணறது. நான் ஒரு உதவாக்கரை. கடைசிக் காலம் வரைக்கும் உன் சம்பாத்தியத்தில் வாழறதுக்காக உன் கல்யாணத்தைத் தள்ளிப்போட்டு நீயே மாப்பிள்ளை தேடிக்கும்படியா, நீயே நகை பாத்திரம் எல்லாம் சேர்த்து வெச்சுக்கும்படியாச் செஞ்சுட்டேனே... இதை யோசிச்சுப் பார்க்கிறேன். எனக்கென்னவோ உள்ளுக்குள்ளே சைகலாஜிக்கலா உன் கல்யாணத்தைத் (தள்ளிப்படோறதில) தள்ளிப்போடறதிலே ஒரு செல்ஃபிஷ் இன்ட்ரெஸ்ட் இருந்திருக்கு. ஒரு சுயநலம்! நல்ல வேளை! எங்கிட்டேருந்து தப்பிச்சேம்மா நீ... சே! நான் எப்பேர்ப் பட்ட தகப்பன்.

கல்யா: அப்பா! எனக்கு உங்க காசு பணம் வேண்டாம்பா... எனக்கு ஒரு சந்தோஷமான இளமைப் பருவத்தைக் கொடுத்தீங்க. அது போதும். இன்னும் என்னால மறக்க முடியாது. ஒரு கார் ஒண்ணு வெச்சிருந்தீங்களே...

வரத: ஆஸ்டின் ஏ ஃபார்ட்டி!

கல்யா: தினம் அதில் ஒரு தடவை ஒரு ரவுண்டு, தினம் ஒரு சாக்லேட். அப்புறம் வீட்டுல பதினாறு பேரா பாட்ச் பாட்ச்சா சாப்பிட்டுட்டு சினிமா போவோமே... அது என்ன சினிமா?

வரத: 'அபூர்வ சகோதரர்கள்!'

கல்யா: உங்க மடியில உக்காந்துண்டு பேனாவை எடுத்து உங்க சட்டையில கிறுக்குவேன். சரிகை போட்டு ஒரு தலைப்பா மாதிரி வெச்சிண்டிருப்பீங்களே... அதைத் தினம் கலைப்பேனே, ஞாபகம் இருக்கா... எத்தனை சந்தோஷம்(ம்) எத்தனை சிரிப்பு! அந்த ஞாபகங்கள் போதும்பா... அதை எனக்குக் கொடுத்திருக்கீங்களே, அது போதும்! அதோட, உங்களோட அபாரமான தன்னம்பிக்கை. அதும் எங்கிட்ட கொஞ்சம் ஜீன்ஸ்ல கலந்து கொடுத்திருக்கீங்க. இதுக்குமேல என்னப்பா சொத்து! எனக்கு உங்க திறமையில நம்பிக்கை இருக்கு.

வரத: (இப்போதும் உற்சாகம் பெற்றுக் கொஞ்சம் யோசிக்கிறார்.) கல்யாணி! நான் உன்னை ஒண்ணு கேக்கட்டுமா!

கல்யா: கேளுங்கப்பா!

வரத: உன் கல்யாணத்துக்காக எத்தனை சேர்த்து வெச்சிருக்கே?

கல்யா: சுமார் இருபதாயிரம் ரூபாய் வெச்சிருக்கேன். ரெண்டு எஃப்-டி-யா!

வரத: அதில் பதினஞ்சாயிரம் ரூபாய் எனக்கு ட்ரா பண்ணிக் கொடுக்கறியா?

கல்யா: சரிப்பா, அவ்வளவுதானே.

வரத (திகைத்து): இதனால உன் கல்யாணத்துக்கு...

கல்யா: என் கல்யாணத்துக்கு அவசரம் இல்லேப்பா. நாளைக்கே உங்களுக்கு அந்தப் பணத்தை எடுத்துக் கொடுத்துர்றேன். எனக்கு உங்க திறமைல முழு நம்பிக்கை இருக்கு. என்னால காத்திண்டிருக்க முடியும்...

வரத: என்னுடைய பொசிஷனை...

கல்யா: புரியறதுப்பா.

மனைவி (உள்ளிருந்து): கல்யாணி, சாப்பிட வரலியா?

கல்யா: வரேம்மா.

மனைவி: உங்கப்பாவையும் கேளு...

வரத: நீ போய்ச் சாப்பிடு. எனக்குப் பசியில்லை.

(கல்யாணி உள்ளே போகும்போது...)

வரத: கல்யாணி.

கல்யா *(நின்று)*: என்னப்பா?

வரத: தாங்க்ஸ். *(கண்ணீரைத் துடைத்துக்கொள்கிறார்).*

காட்சி 7

(வரதராஜன் தனியாக இருக்கிறார். அவர் மனத்தில் குழப்பமான பிம்பங்கள் நடமாடுகின்றன. பலருடைய உரையாடல்கள் அவருக்குக் கேட்கின்றன.)

'அண்ணா, இந்த வைர நெக்லஸ் ரொம்ப நன்னா ருக்குனு என் ஒர்ப்படிகூட' - மனைவியின் குரல்.

'உம்... யார் யாருக்கு காபி... மதிவதனம், நீ காபி சாப்பிட்டாச்சா?'

'எனக்கு என்ன அண்ணி அவசரம்? வரது சார் சாப்பிட்டப்புறம்தான்... கடையில் போய் ஏதாவது வாங்கிண்டு வரணுமா?'

'ராஜத்துக்கு ஒரு செட் நகை பண்ண லால் கடையில் கொடுத்திருக்கு. அது எப்ப ரெடியாகும்னு கேட்டுட்டு வந்துர்றியா?'

'எலெக்‌ஷன்ல நிக்கலாம் வரதராஜன் நீங்க...'

'என்ன, ஒரு லட்சம் செலவழிக்க முடியாதா உங்களால?'

'பணத்துக்கு இல்லேப்பா... என் இன்ட்ரஸ்ட் எல்லாம் வேற. இந்த நாட்டை உன்னதமான லட்சியமான ஒரு இண்டஸ்ட்ரிய லைஸ்டு நேஷன், அமெரிக்காவுக்குச் சமமாப் பண்ணிடணும். பணம் வரும், போகும்!'

'உம், யார் யார் சினிமாவுக்கு வரா?'

(பல குரல்கள்) 'நானு நானு...'

'சினிமாவுக்கு வரவாள்ளாம் முதல்ல உக்காந்துண்டு சாப்பிடுங்கோ. மதிவதனம், நீ போய் ஒரு வரிசை முழுக்க ரிசர்வ் பண்ணிடு - அபூர்வ சகோதரர்கள்.'

'இந்தக் குட்டி கல்யாணிக்கு என்னவெல்லாம் செய்யப் போறேன்... தெரியுமா?'

'செல்லம் கொடுத்துக் குட்டிச்சுவரா வெச்சிருக்கேள். தலை மேலே ஏறிண்டு நிக்கறா பாருங்கோ!'

'போனாப் போறது. இது என் ஒரே ஒரு செல்லக்கண்ணு இல்லையா?'

'ஐல் மேக் ஹர் என் இன்ஜினீயர்.'

'இல்லை... டாக்டர் அண்ணா! அப்பத்தான் அமெரிக்கால போய்ப் படிக்க முடியும்.'

'இந்தியாலதான் இருக்கணும். கல்யாணி, நீ என்ன பண்ணப்போறே சொல்லு?'

(ஒரு சிறு பெண்ணின் குரல்) 'அப்பா மாதிரி இருக்கப் போறேன். தலைப்பா போட்டுண்டு!' (அந்தச் சிறுமியின் சிரிப்பு அவர் மனமெங்கும் எதிரொலிக்கிறது.)

'அப்பா மாதிரி அப்பா மாதிரி!'

காட்சி 8

(*மறுதினம் காலை பத்து மணி. கிரிதர் கையில் மூன்று புத்தகங்களுடன் உள்ளே நுழைந்து காத்திருக்க, கல்யாணி அலுவலகத்துக்குக் கிளம்பும் உடையில் உள்ளேயிருந்து வருகிறாள்.*)

கல்யாணி: இப்பத்தான் வந்தியா கிரி?

கிரிதர்: நான் வந்தது ஒண்ணும் பெரிய தலைப்புச் செய்தி இல்லை. போன் ஒர்க் பண்றதா?

கல்யா: ஒர்க் பண்றது. இதிலதான் உன்னைக் கூப்பிட்டனுப்பிச்சேன்.

கிரி: என்ன... கல்யாணம் தள்ளிப் போடறதா என்னவோ சொன்னியே... என்ன விளையாடறியா?

கல்யா: ஆமாம் கிரி, நம்ம கல்யாணத்தை ஒத்திப் போட்டுத்தான் ஆகணும்.

கிரி: எத்தனை நாள்? அடுத்த வாரம் வெச்சுக்கலாமா?

கல்யா: எத்தனை நாள் இல்லை. எத்தனை மாசம். அல்லது ஒரு வருஷம் கூட...

கிரி: கமான்! டோண்ட் கிவ் மி த ஷாக். எங்கம்மா நேத்திக்கு ஒரு மாதிரி ஹோ-சி-மின் மாதிரி உக்காந்துண்டு இருந்தா. வாஸ்தவம் தான். அதனால அவளுக்கு இஷ்டமில்லைனு அர்த்தமில்லை. உனக்குக் கல்யாணப் பரிசா ஒரு சங்கிலி பண்ணக் கொடுத் திருக்கா!

கல்யா: உங்கம்மா காரணம் இல்லை.

கிரி: பின்னே?

கல்யா: எங்கப்பா இந்தக் கல்யாணத்தைத் தகுந்த முறையில் அவர் காசைச் செலவழிச்சு நடத்த விருப்பப்படறார்.

கிரி: கமான், கமான் அதெல்லாம் டிஸ்கஸ் பண்ணியாச்சு கல்யாணி.

கல்யா: இல்லை கிரி! பிரச்னை நாம எங்கப்பா அம்மாவை சப்போர்ட் பண்றது இல்லை. அவளுக்கு ஒரு விதமான... அதை எப்படிச் சொல்றது... தன்மானப் பிரச்னை. உனக்குத் தெரியுமா கிரி, ஒரு நாளைக்கு ரெண்டு மணி நேரம் வேலை, ஆயிரம் ரூபா சம்பளம் தரேன்னு ஒருத்தர் ஆஃபர் பண்ணியிருக்கார். அந்த வேலையை எங்கப்பா வேண்டாம்னு சொல்லிட்டார்.

கிரி: சொல்றேன்னு தப்பா நினைக்காதே. இந்தக் கிழவருக்கு என்னமோ ஆயிடுச்சு...

கல்யா: எங்கப்பாவை உங்களுக்கெல்லாம் புரியாது கிரி.

அம்மா: (உள்ளே வந்து) நீ இன்னும் போகலையா? வாப்பா கிரி! நீ எப்போ வந்தே?

கிரி: அஞ்சு நிமிஷம் ஆச்சு. அதுக்குள்ள உங்க பொண்ணு பெரிய ஷாக் கொடுத்துட்டா மாமி.

மனைவி: ஷாக்கா.

கிரி: கல்யாணத்தைத் தள்ளிவைக்கப் போறாளாம்.

மனைவி: என்கிட்ட சொல்லலையே?

கல்யா: ராத்திரிதாம்மா தீர்மானிச்சேன்.

மனைவி: என்ன?

கல்யா: அப்பா அந்த ப்ரொட்டோடைப்பை பண்ணிப் பார்க் கட்டும். அதுக்கப்புறம்...

மனைவி: பணம்?

கல்யா: பணம்? நான் கொடுக்கப் போறேன். கல்யாணத்துக்காகச் சேர்த்து வெச்சிருந்தது.

கிரி: நீ தப்புப் பண்றேன்னு நினைக்கிறேன் கல்யாணி.

கல்யா (அழுத்தமாக): நான் எந்தத் தப்பும் பண்ணலே கிரி. உன்னால வெய்ட் பண்ண முடியலேன்னா சொல்லிடு, இப்பவே சொல்லிடு.

மனைவி: இருப்பா இரு. இது என்னவோ அப்பாவுக்கும் பொண்ணுக்கும் புதுசா இருக்கு. அவரையே கேட்டுடலாம்.

(வரதராஜன் உள்ளறையிலிருந்து வருகிறார்).

வரத: என்னது, அட கிரி, எப்பப்பா வந்தே?

மனைவி: கல்யாணி சொல்றது நிஜமா?

வரத: அது கல்யாணி என்ன சொன்னாங்கறதைப் பொருத்து இருக்கு.

மனைவி: கல்யாணத்தை ஒத்திப் போட்டுட்டு, தன்னிடம் இருக்கற பணத்தை உங்ககிட்ட கொடுத்து, நீங்க அது என்ன - மாடல் பண்றதாச் சொன்னா - அது நிஜமானு கேக்கறேன்.

வரத: ஆமாம், நிஜம்தான்.

மனைவி: ஏன் சின்னக் குழந்தை போல பிடிவாதம் பிடிக்கறேள்? வேலைக்குப் போனா என்ன குறைஞ்சு போயிடுவீங்களா? (தாங்கமுடியாமல் உடைந்துபோய் வார்த்தைகளைக் கொட்டு கிறாள்.) எதுக்காக அவ வாழ்க்கையைப் பாழ் பண்றீங்க? அவ நமக்காக ஓடா உழைச்சு, சம்பாதிச்சு, சாப்பாடு போட்டது போறாதா. அவளுக்குப் பாரமா நாம எத்தனை நாளைக்கு இருக்கறது? பகவானாப் பார்த்து நமக்கு ஒரு விடிவு காலம், வழி

சொல்லியிருக்கான். அதை ஏத்துக்காம ப்ரோட்டோடைப்பாம் ப்ரோட்டோடைப். பின்கட்டு முழுக்க அடுக்கியிருக்கீங்களே, போறாதா?

வரத (சாந்தமாக): ஆச்சு. எல்லா வார்த்தையும் கொட்டியாச்சா? (மனைவி லேசாக அழுகிறாள்).

கிரி: நான் போயிட்டு அப்புறம்...

வரத: கிரி இருப்பா. இதைக் கேட்டுட்டுப் போ. கல்யாணி, நீயும் கேளு. உங்கம்மாவையும் அப்புறம் விசும்பலாம்னு சொல்லிட்டு இதைக் கவனமா கேக்கச் சொல்லு. ராத்திரியே இதைத் தீர்மானிச் சுட்டேன். மதிவதனம் சொன்ன வேலையை ஒப்புத்துக்கறதா நான் தீர்மானிச்சுட்டேன்.

கல்யா: அப்பா!

வரத: குறுக்கே பேசாதே கல்யாணி. நான் உன்கிட்ட பணம் கேட்டேனே ஒழிய அதை வாங்கிப்பேன்னு நினைச்சியாம்மா? இல்லை, உன்கிட்ட கேட்டது நீ எம்மேல எவ்வளவு தூரம் நம்பிக்கை வெச்சிருக்கேனு ஆழம் பார்க்கத்தாம்மா. நீ பளிச்சினு உடனே 'எடுத்துங்கப்பா, நாளைக்கே ட்ரா பண்ணிக் கொடுக்கறேன்'னு சொன்னே பாரு... அப்பவே நிரூபிச்சுட்டே - யு ஆர் மை டாட்டர்! அந்த நம்பிக்கை போதும்ம்மா எனக்கு. நான் வேற யாருக்கும் நிரூபிக்கவேண்டியது இல்லை. என்மேல நம்பிக்கை வெச்சுருக்க ஒரே ஒரு ஜீவன், நீ இருந்தாப் போதும் எனக்கு. நீ சந்தோஷமா இருக்கப் போறே. அதில நான் குறுக்கிட விரும்பல. எந்தக் காரணத்தை முன்னிட்டும் கல்யாணத்தைத் தள்ளிப் போடாதீங்கோ... (பேசிக்கொண்டே டெலிபோனுக்கு அருகில் சென்று) ஹலோ, நான் மிஸ்டர் மதிவதனம்கிட்டப் பேசணும். வரதராஜன்னு சொல்லுங்கோ அவருக்கு...

குட்மார்னிங், குட்மார்னிங், மதி... நான் வரதராஜன் பேசறேம்ப்பா. நேத்திக்கு நீ வந்தப்ப ஸாரி, நான் வீட்டில இல்லை. என் மனைவி எல்லா விஷயத்தையும் சொன்னா. ரொம்ப ரொம்ப தாங்க்ஸ்பா... இல்லை, பழைய விசுவாசம் நாலும் ஞாபகம் வெச்சுக்கணுமே. இப்போ என் தங்கையைப் பாரு, எங்கே இருக்காணு அட்ரஸ்கூடக் கிடையாது.

வேலையா? வேலையை ஏத்துக்கறேம்பா. எங்கே வரணும் சொல்லு. சம்பளம் எதுவா இருந்தாலும் பரவாயில்லை. எங்க

ரெண்டு பேருக்கும் எவ்வளவு செலவாகப் போறது? கொஞ்சம் இரு. எழுதிக்கறேன். மதி வீடியோ கோச் சர்வீஸ்... போன் நம்பர் சொல்றியா.

அப்புறம் வீட்டின் பேர்ல எழுபதாயிரம் ரூபா வரைக்கும் வாங்கி யிருக்கேன். மதுரா பாங்க்ல... வேற கடனா... கடன்னு இல்லை; இன்ஷ்யூரன்ஸ் ப்ரீமியம் கட்டாம நிக்கறது அது வந்து... நம்பரா! நம்பர் கொண்டுவரச் சொல்றேன் மதி. இதுக்கெல்லாம் உன்னை எப்படித் தாங்க் பண்றதுன்னே... (அவர் வார்த்தைகள் தடுமாற கண்ணீரை அடக்கிக்கொண்டு) வெச்சுரட்டுமா? காட் ப்ளெஸ் யு.

(கல்யாணி, கிரி, மனைவி மூவரும் மௌனமாக இருக்கிறார்கள்).

கல்யாணி: (அவரருகில் போய்) அப்பா, நிஜமாகவே நீங்க விரும்பித்தான் இந்த போன் கால் பண்ணீங்களா அப்பா?

வரத: விருப்பம் வேற, கடமை வேற.

கல்யா: அப்பா நான்தான்...

வரத: ஸ்டாப் இட்! இதைப் பத்தி நிறையவே பேசியாச்சு. எனக்கு இப்பத்தான் தெளிவு, ஞானோதயம் எல்லாமே வந்திருக்கு. கிரி பயப்படாதே. மோதிரம் வாங்கியாச்சா இல்லை, அதுகூட வெட்டிச் செலவுன்னு...

கிரி: இல்லை சார்! நான் என் சம்பளத்துல இவளுக்கு ஒரு மோதிரம், இவ தன் சம்பளத்தில எனக்கு ஒரு மோதிரம் பண்றதா ஒரு ஒப்பந்தம்.

(கல்யாணி அப்பாவையே நம்பிக்கை இல்லாமல் பார்த்துக் கொண்டிருக்க... வரதராஜன் மெல்ல விலகிச் செல்ல)

மனைவி: அவர் இல்லை இது!

காட்சி 9

(மூன்று மாதங்கள் கழிந்தபின் ஒரு சுறுசுறுப்பான வெயிட்டிங் ரூம். அலுவலக ஓரத்தில் பெரிய பஸ் டயரும் சில பார்சல்களும் கிடக்கின்றன. ஒரு டெலிபோன் அருகில் காத்ரெஜ் மேஜை போட்டு பீட்டர் வீற்றிருக்க, அவன் அருகில் சின்னதாக ஓர் அழுக்கு மேஜை அருகில் வரதராஜன் உட்கார்ந்து எழுதிக் கொண்டிருக்கிறார். கழுத்தில் மப்ளர் கட்டினவர்களும், வயதானவர்களும், மாத நாவல் இளைஞரும், புதிய திருமணத் தம்பதிகளும்... இப்படிப் பலதரப்பட்ட பயணிகள் வந்து போய்க் கொண்டிருக்கிறார்கள். மேஜையில் இருப்பவரிடம் மஞ்சள் சீட்டைக் காண்பித்துக்கொண்டிருக் கிறார்கள். டெலிபோன் அடித்துக்கொண்டே இருக் கிறது)

பயணிகளில் ஒருவர்: அர்ஜெண்டா பங்களூர் போகணுங்க...

பீட்டர்: எல்லாம் ஃபுல்லுங்க..

பயணி: மாமனார் சீரியஸ்னு தந்தி வந்திருக்கு.

பீட்டர்: அட, இல்லைங்க, சீனுல போய் ட்ரை பண்ணிப் பாருங்க, பாலாஜியில, இல்லை என்டியில...

பயணி: நின்னுகிட்டாவது போறேங்க...

பீட்டர்: ஆர்.டி.ஓ. ஆபீஸ்ல கிழிச்சுருவாங்க. வேண்டாங்க. ஏற்கெனவே நிறைய ஃபைன் கொடுத்து, முதலாளி என் சீட்டைக் கிழிக்க இருந்தாரு. சார், போன் அடிக்கறதே... எடுக்கக்கூடாதா? நானேதான் எல்லாக் காரியமும் செய்யணுமா?

வரதராஜன்: (போனை எடுத்து) மதி விடியோ ட்ராவல்ஸ் (கேட்டு...) பீட்டர், பங்களூருக்கு ஒரு டிக்கெட் இருக்கு மான்னு...

பீட்டர்: இத்தனை நேரம் கேட்டுக்கிட்டு இருந்தீங்களே, ஆன்ஸர் பண்ணக் கூடாதா? இல்லை, இல்லை!

வரத: இல்லை சார் இங்க. ஊஹூம், ஒரு சீட்கூட இல்லை... என்னது, மாமனார் சீரியஸா? பீட்டர், அவர் மாமனருக்கு சீரியஸாம்!

பீட்டர்: இதோ இன்னொருத்தர். போனை வைங்க சார்! (அதட்டலாக) என்ன இது?

வரத: ஸாரிப்பா... எழுதிண்டிருந்துட்டனா... (போன் மறுபடி அடிக்க, வரதராஜன் எடுக்க, அதைப் பிடுங்கி பீட்டர் கீழே வைக்கிறான்).

பீட்டர்: ட்ரிப் ஷீட்டெல்லாம் எழுதியாச்சா?

வரத: இதோ!

பீட்டர்: என்ன படபடன்னு பண்ணவேண்டாமா? உங்களை வேலைக்கு வெச்சுட்டதில தினப்படி பஸ்ஸு லேட்டாக் கிளம்புது...

வரத: இங்கே வெளிச்சம் சரியா இல்லையா...

பீட்டர்: கண்ணாடி போட்டுக்குங்க.

மற்றொரு பயணி: விண்டோ சீட் கொடுப்பா!

பீட்டர்: நம்பர் ஸிக்ஷ்டீன்ங்க...

பயணி: விடியோல என்னங்க இன்னிக்கு?

பீட்டர்: சார், இன்னிக்கு என்ன விடியோ?

வரத: 'காத்திருப்பாள் மகமாயி'...

பயணி: போச்சுறா, உங்களுக்கு வேற ஏதும் கிடைக்கலையா?

பீட்டர்: இப்ப பைரேட் வீடியோ போட்டா புடிச்சுற்றாங்கப்பா.

பயணி: என்டில 'அக்னி நட்சத்திரம்' பறக்குது. சாவுகிறாக்கிப்பா. இந்த சர்வீஸ்ல வந்தோம் பாரு. நேரத்துல கிளம்பறதும் இல்லை. சரி, நாளைக்குத் திரும்ப வர்றப்ப என்ன வீடியோ?

வரத: 'காத்திருப்பாள் மகமாயி' இல்லை... 'பாண்டவர் வன வாசம்'.

மற்றொரு பயணி: (வரதராஜனையே பார்த்துக் கொண்டிருக்கிறார்.) சார், உங்களை எங்கேயோ பார்த்திருக்கேன். நீங்க வரதராஜன் இல்லையா?

வரது: இல்லை.

பீட்டர்: இவர் பேரு வரது சார்.

பயணி: அதானே பார்த்தேன்... அவரா இருக்க முடியாது!

பீட்டர்: என்ன, ட்ரிப் ஷீட் ரெடியா?

வரத: இதோ, ஒரு நிமிஷம்ப்பா.

டிரைவர்: (உள்ளே வந்து) என்னய்யா நடத்தறீங்க. ஆபீஸை ஒம்பதரைக்கு விட்டாத்தானே காலையில ஒசூர் ட்ரிப் அடிக்க வண்டி ரெடியாகும். ஏன் பீட்டர் ரெண்டு மாசமா ரொம்ப லேட்டாகுது?

பீட்டர்: (வரதராஜனைப் பார்த்து) எல்லாம் புதுப் புது ஆசாமிகளைப் போட்டு சாவடிக்கிறாரு முதலாளி, என்ன, ரெடியா இல்லையா ஐயரே?

(வரதராஜன் காகிதங்களை அடுக்க முடியாமல் இங்குமங்கும் சிதற வைத்ததைச் சேகரித்து நடுங்கும் கரங்களுடன் பீட்டரிடம்

கொடுக்கிறார். அவருக்கு இந்தச் சூழ்நிலை முழுவதும் பழக வில்லை என்பது தெளிவாகிறது.)

பீட்டர்: (வரதராஜன் தயாரித்த அந்த ட்ரீப் ஷீட்டைப் பார்த்து) நாசமாப் போச்சு. நான் உங்களை என்ன சொன்னேன்?

வரத: என்ன?

பீட்டர்: 4447-க்கு ஷீட் எழுதச் சொன்னா, 5689-க்குப் பண்ணி யிருக்கீங்களே.

டிரைவர் (பொறுமையிழந்து): யோவ் கிழவா! சரியா தொழில் கத்துக்காம இங்க எதுக்கய்யா வர்றே? சாவுகிராக்கி.

வரத: இவர் அம்பத்தாறு எண்பத்தொம்பதுதான் முதல்ல போறதாச் சொன்னார். நாப்பத்துநாலு நாப்பத்தேழு...

பீட்டர்: சொன்னார், அது ஷெட்ல கிடக்குது...

வரத: பரவாயில்லை. இப்ப என்ன ஆயிடுத்து? மறுபடி இன்னெரு தடவை...

டிரைவர்: நீ பண்ணிக்கிட்டே இரு. நான் போய்ச் சேர்றதுக்கு எட்டரை மணி ஆயிடும். நாளைக்கு ஒசூர் ட்ரிப் போச்சு. பீட்டர் இரு இரு, உனக்கு இருக்குது. ரோதனை! எங்கய்யா புடிச்சு வந்திங்க இந்த மாதிரி ஆளுங்களையெல்லாம்...

பீட்டர்: ஜாஸ்தி பேசாத, முதலாளிக்கு வேண்டப்பட்ட ஆளு.

டிரைவர்: அதே முதலாளிதானே 'ஏன் ஒசூர் ட்ரிப் அடிக் கலை?'ன்னு கேக்கறாரு.

பீட்டர்: அவருக்கு அதுக்கெல்லாம் டயம் எங்கேப்பா?

டிரைவர்: பீட்டர், இந்தமுறை அவரே கேட்டாரு! விஜயதசமிக்கு வந்திருந்தார் பாரு.

வரத: எம் பேர்ல பழியைப் போட்டுருப்பா.

டிரைவர்: யார் மேல யார் போடறது. இப்ப வண்டி லேட்டாயிருச் சில்லே? யோவ், பேசாம இந்த வயசில ஷூட்ல இருக்கறதை வுட்டுட்டு ஏன்யா இங்கே வந்து எங்க கழுத்தை அறுக்கறே? வேலை கிடைக்காம துடியா எத்தனை சின்னப் பசங்க,

அவங்கள்ள யாராவது ஒரு எஸ்.எஸ்.எல்.சி. பையனைப் போட்டிருந்தாக்கூட வேலை ஒழுங்கா நடக்கும். ஏதாவது படிச்சிருக்கியா தாத்தா, இல்லே கை நாட்டு கேஸா?

பீட்டர்: ட்ரிப் ஷீட் எழுதறாரு!

டிரைவர்: எழுதறாரு! கொண்டாய்யா நான் எழுதறேன். (வரதராஜனிடமிருந்து காகிதங்களைப் பிடுங்கி எடுத்துக் கொள்ள... வரதராஜன் பிரமித்து நிற்கிறார்.)

வரத: என்னவோ இன்னிக்கு ஒரு மாதிரி இருக்கு உடம்பு. அதனாலதான் வேலை கவனமாச் செய்ய முடியலே.

பீட்டர்: இன்னிக்கு மட்டுமில்லை. என்னைக்குமே இப்படித் தான் இருக்கீங்க சார். ஒரு மாசம் லீவ் எடுத்துக்குங்களேன்!

டிரைவர்: (வேகமாக உள்ளே நுழைந்து) பீட்டர்! முதலாளி முதலாளி... (ஸ்ர்ப்ரைஸ்) ஸர்ப்ரைஸ் செக் வரார்!

பீட்டர்: ஐயோ... (அவசரமாக மேஜையைச் சீர்ப்படுத்தவும் அதன் மேல் இருக்கும் காகிதங்களை அடுக்கவும் முற்பட, வரதராஜனைப் பார்த்து) நீங்க போய் ஸீட்டில உக்காருங்க!

(மதிவதனம் உள்ளே நுழைகிறார். வரதராஜனைக் கனிக்கவில்லை).

மதிவதனம்: என்ன பீட்டர்! இன்னும் பங்களூர் வண்டி போக லையா? (டிரைவரைப் பார்த்து) இங்கே வாய்யா... என்ன இன்னும் வண்டி எடுக்கலை? சோம்பேறிங்களா, என்னய்யா பண்ணிக்கிட்டிருக்கீங்க?

டிரைவர்: ஐயா, நான் ஒன்பது மணியிலிருந்து டீசல் அடிச்சுட்டு ரெடியா இருக்கேன். இந்த ஆபீஸ்தான் ட்ரிப் ஷீட் எழுதறதுக்கு ஒரு மணி நேரம் ஆவுதே...

(வரதராஜன் தன் இருக்கையில் முடங்கிக்கொண்டு உட்கார்ந் திருக்கிறார்).

மதி: (கோபத்துடன்) ஓசூர் ட்ரிப் காலையில எத்தனை மணிக்குப் போவீங்க?

டிரைவர்: இப்பப் புறப்பட்டாலும் ஒன்பது ஆயிடுங்க.

மதி: போச்சு! காண்ட்ராக்ட் போச்சு! (கோபம் அதிகரிக்க) சாவு கிராக்கிங்களா... எதுக்காக உங்களையெல்லாம் ஆபீஸ்ல வெச்சிருக்கேன்? மூணு நாளா ஒசூர் ஃபாக்டரி ட்ரிப் லேட்டாவதுனு அவங்க போன் பண்ணி 'இன்னும் ஒரு நாள் லேட்டாச்சுன்னா காண்ட்ராக்டை கான்சல் பண்ணிருவேன்'னு சொன்னாங்க. அதுக்குத்தான் இங்கே என்ன ஆறதுன்னு பார்க்க நேரடியா வந்தேன். ஏன்யா இப்படி உயிரை வாங்க வந்திருக் கீங்க?

பீட்டர்: ஐயா, லேட்டானதுக்கு நான் காரணம் இல்லை...

மதி: பின்னே யாரு?

(வரதராஜன் பக்கம் பார்க்கிறான் பீட்டர்).

மதி: (அப்போதுதான் அவரைக் கவனித்து) அட, வரது சார்! நீங்க இங்கதான் இருக்கீங்களா? உங்களை டெஸ்ப்பாட்சில் போடலியா?

பீட்டர்: போட்டுடுங்க சார்!

மதி: இல்ல இல்லை. நான்தான் இங்கே போஸ்ட் பண்ணச் சொன்னேன்.

பீட்டர்: (வரதராஜனைப் பார்த்து) சார்! உள்ளே போய் டி.எஸ். ஃபைலைக் கொஞ்சம் தேடி எடுத்துட்டு வர்றீங்களா?

வரத: எப்படி இருக்கே மதி?

மதி: நல்லா இருக்கேன்.

பீட்டர்: எடுத்துக்கிட்டு வாரீங்களா, முதலாளி பார்க்கணும். (வரதராஜன் செல்கிறார். அவர் போனதும்...)

மதி: சொல்லு!

பீட்டர்: ஐயா, சொன்னாக் கோவிக்காதீங்க, எதுக்காக இந்தக் கிழவனாரை இந்த ஆபீஸ்ல கொண்டு போட்டிருக்கீங்க?

டிரைவர்: ஐயா, இவராலதான் எல்லாம் லேட்டு. ஒரு எஸ்.எஸ். எல்.சி. பையன் கால் அவர்ல செய்யக்கூடிய வேலையை ஒரு மணி நேரம் ஆக்கராரு. அதும் எத்தனை தப்பு? நாப்பத்துநாலு

நாப்பத்தேழுக்கு ட்ரிப் ஷீட் எழுதுங்கன்னா அம்பத்தாறு எண்பத்தொன்பது கராஜ்ல இருக்கு, அதுக்கு எழுதறாரு. காது கொஞ்சம் டப்ஸா போல... இவரை எடுத்துருங்க! இந்த ஆபீஸ்ல போய் எதுக்காகப் போட்டீங்க?

மதி: அதெல்லாம் ஒரு மாதிரி தயவு தாட்சண்யம் போலதாம்பா. ஒரு காலத்துல நான் இவர் கீழ் வொர்க் பண்ணியிருக்கேன்.

பீட்டர்: அது ஒரு காலங்க. இப்ப அந்த தாட்சண்யத்தால காண்ட்ராக்டில்லே நழுவுது?

டிரைவர்: இவரை எப்படியாவது இந்த ஆபீஸ்லேருந்து நீக்கிருங்க, போதும். மற்றதை நாங்க பார்த்துக்கறோம். இவருக்குக் கொடுக்கற சம்பளத்தில பாதி கொடுத்தா போதும். ஒரு பையன் கிடைப்பான் துடியா!

மதி: அவ்வளவு சீக்கிரமாத் தீர்மானிக்க முடியாதுப்பா. வேற எங்கேயும் போஸ்ட் பண்ணா இன்னும் நஷ்டம் அதிகமாயிடும். இங்கதான் உபத்திரவமில்லேனு நினைச்சேன்....

பீட்டர்: ஒண்ணு செய்யுங்க, லாங் லீவல போகச் சொல்லுங்க!

வரதராஜன் (வந்து): இந்த ஃபைலா சொன்னே! பழசாட்டம் இருக்கு!

மதி: வரது சார், எப்படி இருக்கீங்க?

வரத: எல்லாம் உன் தயவுலேப்பா. நாப்பத்து நாலு நாப்பத்தேழு, அம்பத்தாறு எண்பத்தொன்பது, ஒரே குழப்பமா இருக்கு...

மதி: வரது சார்! கொஞ்சம் உங்ககூடத் தனியாப் பேசணும்.

வரத: பேசலாமே!

மதி: பீட்டர், போ, வேலையைப் பாருங்க, வண்டியை அனுப்பு...

(அவர்கள் போக இருவரும் தனியாக இருக்கிறார்கள்...)

மதி: உடம்பு சரியில்லையா உங்களுக்கு?

வரத: இல்லைப்பா, பழகலை!

மதி: அதிகம் தப்பு விழறாப்ல இருக்குது?

வரத: ஸாரி! பழகிப்போய்டும்னு நெனைக்கிறேன்.

மதி: இல்லை சார், நான் செய்த தப்பு. இந்த மாதிரி வேலையை உங்களுக்குக் கொடுத்திருக்கக்கூடாது. உங்க ஸ்ட்ராங் பாயிண்ட் என்ன? ப்ராஸஸ் முதலான விஷயங்கள்ல கன்ஸல்டண்ஸி மாதிரி... ரமேஷ் இருக்கான் பாருங்க... அந்த மாதிரி வேலை! புது ப்ராஜெக்டுங்க வற்றப்ப, உங்களை அந்த யோசனை கேக்கலாம். அதை விட்டுட்டு உங்களை இந்த மாதிரி நைட் பஸ் ஆபீஸ்ல போட்டது என் தப்புதான்!

வரத: இல்லைப்பா, பரவாயில்லை! கொஞ்ச நாள்ல பழகிடும்.

மதி: வேண்டாம், இதெல்லாம் பழகிக்க வேண்டாம்!

வரத (சற்று அச்சத்துடன்): அப்போ என்னை வேலையை விட்டுத் தள்ளிடப் போறியாப்பா?

மதி: இல்லை வரது சார்.

வரத: என்னால வேற எந்த வேலையும் புதுசாக் கத்துக்க முடியாதுப்பா. ஐம் டயர்ட்.

மதி: புதுசா எதும் இல்லை வரது சார். முதல்ல கொஞ்ச நாள் லீவு எடுத்துக்குங்க. ஒரு மாசம் ரெண்டு மாசம் ஓய்வுல இருங்க. அதுக்கப்புறம் உங்களை கன்ஸல்டண்டா அப்பாயிண்ட் பண்ணச் சொல்றேன். வீட்டிலேயே இருங்க. தேவைப்படறப்ப கார் அனுப்பறோம். இல்லை, வீட்டிலேயே ஃபைல் கொண்டாந்து கொடுக்கச் சொல்றேன். நீங்க உங்க அபிப்பிராயத்தை எழுதிட்டாப் போதும்; வேலையும் லைட்டா இருக்கும்.

வரத: சம்பளம் உண்டா?

மதி: தாராளமா... சம்பளத்தைக் குறைக்கமாட்டேன்.

வரத: அப்படின்னா நாளையிலேருந்து நான் இந்த ஆபீஸுக்கு வர வேண்டாமா?

மதி: ஆ...ஆமாம்!

வரத: லீவுல இருக்கணும்...

மதி: ஆமாம்...

வரத: அதுக்கப்புறம் என்ன கன்ஸல்டண்ட்டா நியமிக்கப் போறே...

மதி: அப்படித்தான்!

வரத: சம்பளம் பாட்டுக்கு வந்துண்டிருக்கும்.

மதி: ஆமாம்!

வரத: எதுக்கப்பா இப்படி என்னை அவமானப்படுத்தறே!

மதி: அவமானமா!

வரத: 'கெழவா, உன்னால ஒரு பிரயோஜனமுமில்லை; வீட்டுப் போ'னு துரத்தாம எதுக்காக இப்படி மறைமுகமா பிச்சை போடறே?

மதி: சேச்சே! என்ன இவ்வளவு செண்டிமெண்டலா இருக்கீங்க. வரது சார், யாரும் யாருக்கும் பிச்சை போடலை... உங்ககிட்ட வேலை வாங்கிட்டுத்தான் சம்பளம் தர்றேன். சும்மா இல்லை.

வரத: வேலைங்கறது, உபத்திரவமில்லாம சும்மா இருக்கறது அப்படித்தானே?

மதி: அப்படி யார் சொன்னாங்க?

வரத: ரெண்டு மாசம் லீவுனு கட்டாயமா அனுப்பறியே?

மதி: சரி! அது உங்களுக்குப் பிடிக்கலேன்னா நாளைக்கே கன்ஸல்டன்ஸியைத் தொடங்கிடலாம்.

வரத: அதாவது வீட்டிலேயே?

மதி (சற்றுத் தயக்கத்துடன்): ஆமா!

வரத (வெற்றுச் சிரிப்புடன்): உனக்கு எப்படி தாங்க்ஸ் சொல்றதுன்னே தெரியலை. எதுக்காகவோ எனக்கு வெட்டியா சம்பளம் கொடுக்கறேங்கறே.

மதி: இல்லை சார், நீங்க வேணா பாருங்க, உங்க திறமையை எப்படி உபயோகிச்சுக்கறோம்னு.

வரத: ஹூம்... திறமை!

84

பீட்டர்: *(உள்ளே வந்து):* ஒருவழியா பங்களூர் வண்டியை அனுப்பிச்சுட்டேங்க. அப்புறம் நான் சொன்னது...

வரத: பீட்டர்! நாளையிலருந்து நான் வரப்போறதில்லை.

பீட்டர் *(சந்தோஷத்தை மறைக்க இயலாமல்):* அப்படியா? *(மதியைப் பார்க்கிறான்.)*

மதி: ஆமாப்பா, சாரை வேற ஆபீஸ்ல போடப்போறோம்.

பீட்டர்: அதாங்க நல்லது. இந்த ஆபீஸ் இவருக்குச் சரிப்படலை.

வரத: எந்த ஆபீஸுமே சரிப்படாதுப்பா, அதனால்தான் வீட்டிலேயே...

மதி *(குறுக்கிட்டு):* அப்புறம் பேசிக்கலாம், வரது சார்.

வரத: வரேம்ப்பா பீட்டர்.

மதி: இருங்க, வண்டில கொண்டுவிடச் சொல்றேன்.

வரத: இல்லைப்பா வேண்டாம். *(போகிறார், போகும்போது மிகுந்த அயர்வுடன் நடக்கிறார்)*

மதி: நல்ல மனுஷன்!

பீட்டர்: ஒரு காலத்தில் ரொம்ப செயலா இருந்தாராமே?

மதி: ஆமாம், ஒரு காலத்தில்! வால்வு ரேடியோ மாதிரி...

பீட்டர்: இப்போ?

மதி: இவரை வெச்சுக்கிட்டு என்ன செய்யறதுன்னே தெரியலை!

காட்சி 10

(வரதராஜன் வீட்டுக்கூடம். மறுபடியும் ஊஞ்சலில் ஆடிக்கொண்டிருக்கிறார். அருகிலே காப்பி வைத்திருக்கிறது. சாப்பிடாமல் ஒரே திசையில் பார்த்துக் கொண்டு ஒருவாறு தனக்குள் பேசிக்கொண்டிருக் கிறார்.)

மனைவி: (உள்ளே வந்து பார்த்து) என்ன இது... காபி சாப்பிடலையா?

வரதராஜன்: உம்! காபியா... எப்போ கொண்டு வெச்சே? (காபியை எடுத்துப் பருகி) நான் இன்னிக்கு ஆபீஸ் போகலை.

மனைவி: சரி!

வரத: ரெண்டு மாதம் லீவு கொடுத்துட்டான் மதி.

மனைவி: அப்படியா? நல்லதாப் போச்சு. இன்னிக்கு கல்யாணியும் மாப்பிள்ளையும் வரா.

வரத: அப்படியா?

மனைவி: ஒரு மாதிரி விட்டேத்தியாப் பேசறீங்க? உடம்பு சரியில்லையா?

வரத: உடம்புக்கு என்ன? எங்கே போனாலும் கூட வருது.

மனைவி: அவா அமெரிக்கா போகப் போறா... தெரியுமோல்லியோ!

வரத: யாரு?

மனைவி: மாப்பிள்ளை, கல்யாணி ரெண்டு பேரும். உங்க கிட்டச் சொல்லலையா!

வரத: எங்கிட்ட யார் சொல்றா?

மனைவி: சொல்றதுக்குத்தான் வரா.

வரத: அப்படியா? (எழுந்திருக்கிறார்.) மாப்பிள்ளை வரார்... சொக்கா போட்டுக்கறேன். பனியனோட நின்னா ஏதாவது தப்பா நெனைச்சுப்பா இல்லையா... அதும் அமெரிக்கா வேற போறா.

மனைவி (அவரை ஒரு மாதிரியாகப் பார்த்து): என்ன ஆச்சு உங்களுக்கு? எப்போதும் போல இல்லை நீங்க, மதிவதனம் ஏதாவது சொன்னானா?

வரத: இல்லை.

மனைவி: அவன் மட்டும் இல்லேன்னா எப்படி நம்மால் குடித்தனம் நடத்த முடியும்... சொல்லுங்கோ!

வரத: நான் வேலைக்குப் போகாமலே எனக்குச் சம்பளம் போட்டுத் தரேன்னான்.

மனைவி: என்ன தாராளம் பாருங்கோ!

வரத: வீட்டுல சும்மா உக்காந்துண்டிருந்தாப் போறுமாம்.

மனைவி: பரவாயில்லையே... பென்ஷன் மாதிரியா?

வரத: பென்ஷன் யாருக்குக் கொடுப்பா? வேலை செய்து ஓய்ஞ்சவாளுக்கு. நான் வேலை செய்யாமலேயே ஓய்ஞ்சவன் தானே?

(கல்யாணியும் கிரிதரும் வருகிறார்கள். கல்யாணி உற்சாகத்
துடன் காணப்படுகிறாள். அம்மாவுக்கு பூ கொடுக்கிறாள். கிரிதர்
எப்போதும்போலக் கையில் புத்தகங்களுடன்.)

கிரிதர்: வணக்கம் சார்!

வரத: வாப்பா, அமெரிக்கா போகப்போறீங்களாமே?

கிரி: ஆமா சார்! ரெண்டு வருஷ ஸாப்ட்வேர் காண்ட்ராக்ட்!

வரத: நீயுமாம்மா?

கிரி: இவ இல்லாமயா! பாத்ரூமே தனியா போக விடமாட்டேங்
கறா! அமெரிக்காவுக்கு விடுவாளா?

கல்யா: அப்பா! எப்படி இருக்கீங்க? வேலைக்கு ஒழுங்காப்
போயிண்டு இருக்கீங்களா? சிகரெட் எல்லாம் எப்படி இருக்கு?
ரொம்ப பிஸியா இருக்கீங்கபோல!

வரத: ஹி!

கிரி: நம்மகிட்ட ஸாப்ட்வேர் ஒவ்வொரு டீகோடட் லைனுக்கும்
எட்டு டாலர்னு வாங்கி முப்பது டாலருக்கு விக்கறான் சார்.

கல்யா: அப்பா! கிரி பர்ஸ்ட் நேஷனல்ல எனக்கு வேலை
கிடைக்கும்கறார்.

கிரி: ஒரு ஒர்க் பர்மிட் கெடைச்சுடுத்துன்னா... சார்! உங்க
தங்கைகள்ள ஒருத்தர் அமெரிக்காவில் இருக்காங்கதானே...
(வரதராஜன் எதிலும் கவனமில்லாமல் பிரமித்து நிற்க)

மனைவி: ஆமாம்!

கிரி: அட்ரஸ் இருக்குமா?

மனைவி: இல்லைப்பா!

கிரி: சொந்த சிஸ்டரா?

மனைவி: ஆமாம்.

கிரி: சே! ரொம்ப மோசம்!

கல்யா: விசாவுக்கு போன உடனே கொடுத்தாம்மா! அதுதான் ரொம்ப பயந்துண்டு இருந்தோம். அதும் இவர் கம்ப்யூட்டர் வேறயா!

வரத: கல்யாணி... ஊருக்குப் போறியாம்மா?

கல்யா: ஆமாப்பா. உடம்பைப் பார்த்துக்குங்கப்பா.

வரத: என்னைப்பத்திக் கவலைப்படாதேம்மா. மதிவதனம் நல்லாவே கவனிச்சுக்கறாம்மா!

கல்யா: அவர் ரொம்ப நல்லவர்!

வரத: உங்கிட்ட காசு வாங்கறதப்பத்தி என்னவோ அவமானம் அது இதுன்னு பெரிசா ஆர்க்யு பண்ணேம்மா... இப்போ என்ன ஆச்சு? எவனோ வீதிலெ போறவன் படியளக்கிறான்!

கல்யா: சும்மா ஒண்ணும் கொடுக்கலைப்பா... வேலை வாங்கிண்டுதானே!

வரத: வேலைக்கு வரவேண்டாம்னு சொல்லிட்டாம்மா.

கல்யா: அப்படியா, என்னம்மா இது! எங்கிட்ட சொல்லலியே?

வரத: வரவேண்டாமாம். சம்பளம் மட்டும் தந்துற்றானாம்.

கல்யா: ஸ்ட்ரேஞ்ச்!

மனைவி: இவர் பெரிசு பண்றார்மா. அவன் லீவு கொடுத் திருக்கான். ஒரு மாசமோ ரெண்டு மாசமோ இருந்துட்டு வான்னு. பாருங்கோ... அவன் ஒண்ணும் சும்மாக் கொடுத்துரல நமக்கு. அவன்தான் சொல்றானே, 'நான் இந்த நிலைக்கு வந்ததுக்கே வரது சார்தான் காரணம்'னு. அதனால அந்த விசுவாசத்துக்கு இவன் பண்றது ரொம்பக் குறைச்சல்!

வரத: கொஞ்சம் கொஞ்சமா... எல்லாரும் என்னை உதவாக் கரையா ஆக்கிண்டிருக்கா!

கல்யா: அப்படிச் சொல்லாதீங்கப்பா. உங்களால் அவருக்கு எத்தனையோ காரியம் நடந்திருக்கு. அந்த விசுவாசம் மாறாமத் தான்....

வரத: வீட்டிலேயே உக்காந்துக்கோனு சொல்லியாச்சு!

மனைவி: புலம்பாதீங்கோ. மத்தவாளோட ஒப்பிட்டுப் பார்த்தா நாம எவ்வளவோ மேல்!

வரத: மத்தவாளோட எதுக்கு ஒப்பிடணும்!

கல்யா: அப்பா, நாங்க அமெரிக்கா போகப் போறோமே... தெரியுமோல்லியோ?

வரத: தெரியும்மா! போய்ட்டு வாங்கோ, ஆல் யூஸ்ஃபுல் பீப்பிள்!

கிரி: ரெண்டு வருஷம் காண்ட்ராக்ட் சார்... அப்புறம் ஒர்க் பர்மிட் கெடைச்சதுன்னா க்ரீன் கார்டு அப்ளை பண்ணிடலாம்னு இருக்கோம்.

வரத: வெரிகுட்! (உற்சாகமில்லாமல்)

கிரி: நாங்க அங்கே போய் செட்டில் ஆனப்புறம் நீங்களும் வாங்க சார்! அங்கே உங்க திறமையை மதிக்கிறவா நிறைய இருப்பா!

வரத: இப்படித்தான் என் தங்கைகளும் அமெரிக்கா போற சந்தோஷத்தில பொய் சொன்னா!

கிரி: இல்லை சார்... நிஜமாவே.

வரத: சரிப்பா! என் திறமையைப்பத்தி உனக்கு என்ன தெரியும்? முதல்லே என்னைப்பத்தி உனக்கு என்ன தெரியும்?

கிரி: கல்யாணி சொல்லியிருக்கா சார்.

வரத (கோபத்துடன்): இந்த தர்ம மனோபாவம்தான் எனக்குப் பிடிக்கிறதில்லை. உனக்கு என்னய்யா தெரியும், என்னைப் பத்தி? ஏதோ வந்தே... என் பொண்ணைப் பதினஞ்சு நிமிஷத்தில திருட்டுக் கல்யாணம் பண்ணிண்டே. இப்போ அமெரிக்கா அழைச்சுண்டு போய் அங்கே ஒரு அபார்ட்மெண்ல பணக்காரக் கிழவங்களுக்கு ஸாப்ட்வேர் எழுதப்போறே! இது பெரிய சாதனையா! உன்னைப் படிக்க வெச்ச இந்தத் தேசத்துக்கு என்னய்யா செஞ்சே நீ?

கிரி: இந்தத் தேசம் உருப்படாது சார். என்னை மாதிரி ஆசாமிங்களுடைய திறமையைப் புரிஞ்சுக்க ஆளில்லை சார், இந்த நாட்டிலே! அதான் விட்டுட்டுப் போறோம்!

வரத: இது ஒரு சாக்கா! உனக்குப் பணம் பண்ணனும்ன்னு உண்மையான காரணத்தைச் சொல்லிட்டு போயேன்.

கிரி: பணம் பண்றது தப்பா சார்?

வரத: எதிக்ஸ்னு ஒண்ணு இருக்கில்லே!

கிரி (சகஜமாக): நீங்க சந்தர்ப்பம் கிடைச்சபோது பணம் பண்ணியிருந்தீங்கன்னா, இப்போ இந்த மாதிரி...

வரத: இந்த மாதிரி? இந்த மாதிரி...

கல்யா: கிரி! போதும் நிறுத்துங்க... இது பிரயோஜனமில்லாத பேச்சு...

வரத: அவன் என்ன சொல்ல வந்தான். அதை முழுக்க சொல்லச் சொல்லும்மா... முழுங்க வேண்டாம்.

கல்யா: என்னப்பா, சந்தோஷமா இருக்கவேண்டிய சமயத்தில இப்படி வீண் வாதம்?

வரத: நீ போறதில எனக்குச் சந்தோஷம் இல்லேம்மா. என்ன, அமெரிக்காவில பெரிசா கிழிக்கப் போறீங்க?

மனைவி: இங்க நாம கிழிச்சதைவிட நிறையவே கிழிப்பா! எதுக்காக இந்தச் சமயத்தில விதண்டாவாதம் பண்ணிண்டிருக்கீங்க. உங்களால உபகாரம் இல்லாட்டாலும் அபகாரம் பண்ணாம இருந்தாச் சரி.

கல்யா: அப்பா, நான் புறப்படறேம்ப்பா!

வரத: ஊருக்குப் போறதுக்கு முன்னாடி மறுபடியும் வருவே இல்லியோ?

கல்யா: முடிஞ்சா வரேம்ப்பா.

கிரி: எதுக்குப் பொய் சொல்லணும். சார், ரொம்ப பிஸியா இருப்போம். அதனால திரும்பியும் வருவோமானு சொல்ல முடியாது. அமெரிக்கா போனதும் போன் பண்றோம்!

வரத: சரிப்பா!

கல்யா: அப்பா, கோபத்தைக் கொஞ்சம் குறைச்சுக்கோங்கப்பா... இந்த உலகத்தை ஒண்டியா திருத்த முடியாது. உங்களுக்கு வயசாயிண்டு வருது...

வரத: இல்லேம்மா... திருத்தற உத்தேசமெல்லாம் இப்போ கிடையாது.

கல்யா: வீணா மனசைப் போட்டுக் குழப்பிக்காதீங்க அப்பா.

வரத: சேச்சே! நீ சந்தோஷமாப் போயிட்டு வாம்மா. அங்கேருந்து போன் பண்ணு. லாங் டிஸ்டன்ஸ், சாட்டிலைட், இப்பல்லாம் போன் பில் ஒழுங்கா கட்டிர்றேன். எல்லாம் மதிவதனம்தான். மதிவதனம் சொல்றாப் போலவே செய்யறேன். ஆபீஸுக்குக் கூப்ட்டாப் போறேன். வீட்டுலே இருன்னா இருக்கேன். மாசா மாசம் தவறாம பணம் கொடுத்துருவான். எனக்கு இனி எந்தவிதப் பிரச்னையும் இல்லை. கல்யாணி, சந்தோஷமா போய்ட்டு வா!

கல்யா (அவரைச் சற்று நேரம் பார்த்து): அப்பா, உங்களுக்கு எதிலாவது திருப்தி இல்லையா?

வரத: சேச்சே, திருப்திம்மா. கடைசியில் எல்லாருக்கும் நல்லது ஏற்பட்டுடுத்து. 'சுபம்'னு பெரிய போர்டு போட்டுடலாம் வீட்டு வாசல்ல.

கல்யா: ஏம்ப்பா இப்படி விரக்தியாப் பேசறேள்?

வரத: சேச்சே!

கல்யா: வரேம்பா! (கண்களில் நீரைத் துடைத்துக்கொண்டு) நமஸ்காரம் பண்றேம்ப்பா!

(கிரிதர் அரைகுறையாக முதுகு வளையாமல் வணங்க, கல்யாணி அவர் பாதங்களில் விழுந்து நமஸ்கரிக்கிறாள்)

மதிவதனம் (உள்ளே நுழைந்து): என்ன, பிரிவு உபசாரமா? தக்க சமயத்திலதான் வந்திருக்கேன், என்ன கல்யாணி?

கல்யா: வாங்க வாங்க, இதுதான் என் ஹஸ்பெண்ட் கிரிதர்!

மதி: அமெரிக்கா போறியாமே, அண்ணி சொன்னாங்க. அங்கே ஏதாவது உதவி தேவையா இருந்தா இந்த நம்பருக்கு கான்டாக்ட் பண்ணலாம். என்னுடைய ஏஜெண்டுங்க இவங்க...

கல்யா: தாங்க்ஸ்! (கார்டை வாங்கிக்கொள்கிறாள்.)

கிரி: உங்களைப் பத்தி நிறையக் கேள்விப்பட்டிருக்கேன் சார்.

மதி: எல்லாம் இவரு! (வரதராஜனைக் காட்டுகிறான்.)

கல்யா: கிரி, இட்ஸ் கெட்டிங் லேட், மனோ வீட்டுக்குப் பன்னிரண்டு மணிக்கு லஞ்சுக்கு வர்றதாச் சொல்லியிருக்கோம். மணி எத்தனை பாருங்கோ?

கிரி: ஓ, மை காட்... வரட்டுமா?

மதி: குட் பை, காட் ப்ளெஸ் யூ.

கல்யா: அப்பா, வரட்டுமா.

வரத: போயிட்டு வாம்மா, எத்தனை நேரம்தான் டாட்டா காட்டுவே?

கல்யா: அம்மா, நான் சொன்னேனே... அப்புறம் வந்துரு, என்ன?

மனைவி: சரிம்மா.

(மதிவதனம் உட்கார்ந்து வீட்டைச் சுற்றிலும் பார்க்கிறான். உடன் வந்திருக்கும் ரமேஷும் சுற்றிலும் பார்க்கிறான்.)

ரமேஷ்: இந்த ஊஞ்சலைக் கழட்டிடலாம். இங்கே பார்ட்டிஷன் போட்டுட்டு ஒரு ஃப்ரண்ட் ஆபீஸ் மாதிரிப் பண்ணிடலாம்.

மதி: கொஞ்சம் பழைய காலத்து வீடா இருந்தாலும் ப்ரைட்டா டிஸ்டெம்பர் அடிச்சுடலாம். லொகேஷன் பாரு, அருமையான ஸ்தலம்.

வரத: என்ன விஷயம்?

மதி: அண்ணி உங்ககிட்டச் சொல்லியா?

மனைவி: சொல்லலை இன்னும்!

வரத (சாந்தமாக): என்னப்பா?

மனைவி: அது வந்து...

மதி: நான் சொல்றேன் அண்ணி. உங்க ரெண்டு பேருக்கும் இந்த வீடு ரொம்பப் பெரிசு இல்லையா? அதனால திருவான்மியூர்ல

ஒரு ஃப்ளாட் கட்டியிருக்கோம். எண்ணூறு சதுர அடில ரெண்டு ரூம் ஃப்ளாட், காத்தோட்டமா இருக்கும். கம்யூனிடி பார்க் எல்லாம் இருக்கு. தண்ணிக் கஷ்டம் இல்லை. மார்கெட் பக்கத்திலயே இருக்கு.

வரத: இருக்கட்டும்.

மதி: இதனால, அங்கே நீங்க ஷிஃப்ட் பண்ணிடுங்க!

வரத: இந்த வீடு?

மதி: இந்த வீடு... அதை ஏன் கேக்கறீங்க? மொத்தம் லயபிலிடி ஒண்ணரை லட்சத்துக்கு வட்டியோட சேர்த்து எகிறிப் போயிருந்ததா... மார்ட்கேஜ்லேருந்து ரிலீஸ் வாங்கிக்கிட்டு டாகுமெண்ட்ஸ் எல்லாம் எங்கிட்ட இருக்குது. அது உங்க பேர்லேயே இருக்கட்டும். தற்போதைக்கு ஒரு சிட் ஃபண்ட் ஆபீஸ் இங்கே திறக்கலாம்ணு இருக்கோம். லொகேஷன் நல்லா இருக்கு பாருங்க. வீட்டுக்கு வாடகையா அந்தத் திருவான்மியூர் ஃப்ளாட்டில நீங்க இருக்கலாம் ஃப்ரீயா. என்ன சொல்றீங்க?

வரத: என்ன சொல்றது?

மனைவி: அவர் சொல்றதும் வாஸ்தவம்தானே. நமக்கு எதுக்கு இத்தனை பெரிய வீடு?

வரத: ஆமாம்... எதுக்கு? திருப்பத்தூர்ல சின்னதா ஒரு ஃப்ளாட் போதும்தான்!

மதி: திருவான்மியூர்! ரொம்ப கரெக்ட்!

மனைவி: நான் சொன்னேன் பார்த்தீங்களா, ஒப்புத்துண்டுடு வார்னு.

மதி: சித்திரை மாசம் பிறந்ததும் ஷிஃப்ட் பண்ணிரலாம்ங்க. அந்த செண்டிமெண்டெல்லாம் இல்லேன்னா அடுத்த வாரமே...

வரத: எப்படிச் சொல்றியோ அப்படி மதி. ஆஃப்டர் ஆல் என் குடும்பத்துக்கே படி அளக்கறவன்... அன்னதாதா நீதானேப்பா!

ரமேஷ்: சார்! இந்த இடத்திலே மானேஜர் ரூம் போட்டுரலாம். செண்ட்ரல் ஏஸி போட்டு ஓப்பன் ஆபீஸ் வெச்சுரலாம். மத்த பேருக்கு...

மதி: இரு ரமேஷ்! சார்... நான் உங்களைக் கட்டாயப்படுத்தறதா நெனைச்சுக்காதீங்க.

வரத: சேச்சே! ரொம்பப் பிரமாதமான ஐடியாப்பா இது. நிஜமாவே இவ்வளவு பெரிய வீடு எதுக்கு? அதும் பேர்ல இருக்கிற எல்லாக் கடனையும் க்ளியர் பண்ணியிருக்கே. உனக்கு இது மேல உரிமை இருக்குப்பா. என் வீடுனு மெப்புக்குத்தானே ஒழிய...

மதி: அப்படி இல்லை வரது சார். நான் இன்னமும் உங்க கீழே வேலை செய்த பழைய மதிதான். நீங்க என்னை ஆர்டர் பண்ணலாம். நான் செய்யறது சரியில்லை, பிடிக்கலேன்னா பளிச்சுனு சொல்லிடலாம். தயக்கமே வேண்டாம்.

மனைவி: சேச்சே! அப்படியெல்லாம் இல்லை மதி.

வரத: தாங்க்ஸ்ப்பா!

மதி: உங்களுக்கு எப்போ சௌகரியமோ சொல்லுங்க. அப்போ நான் லாரி ஏற்பாடு பண்றேன். நாளைக்கு அனுப்பட்டுமா இல்லை நாளான்னிக்கு?

வரத: நாளைக்கே நான் ரெடி. எனக்கு மொத்தம் சொத்து, ஒரு தகரப்பெட்டி, ஒரு ஃபைல்!

ரமேஷ்: (ஊஞ்சலில் உட்கார்ந்து ஆடிப் பார்த்து) நல்ல டீக் சார் இது. தேக்கு. இந்த மாதிரி ஊஞ்சல் எல்லாம் இப்போ யாரும் செய்யறதில்லை.

மனைவி: சும்மா இடத்தை அடைச்சுண்டு. இந்தக் காலத்தில் ஒரு காசுக்குப் பிரயோஜனம் இல்லைப்பா இது?

ரமேஷ்: இல்லே மாமி... ஆண்டிக் வால்யு பாருங்கோ. இதை வெள்ளைக்காரன் எடுத்துப்பான்.

வரத: அதுக்கு இன்னும் பழசாகணும்!

மதி: அப்ப நான் வரட்டுமா! ஏதாவது தேவைன்னா போன் பண்ணுங்க.

வரத: சரிப்பா!

(வரதராஜன் பிரமித்து நிற்க, மதிவதனம் போகிறான். ரூமை மனத்தில் அளந்துகொண்டே ரமேஷும் போகிறான்).

மனைவி: ஏதோ நாமே பண்ண பாக்கியம் இந்த மதிவதனம்...

வரத: ஆமாம், ரொம்ப பாக்கியம் பண்ணித்தான் நான் பார்க்கப் போனேன்! யாராவது இப்படி வேலை இல்லாம சோறு போடுவாளோ, சந்நியாசி மடத்திலகூட ஏதாவது வேலை செய்தாகணும்.

மனைவி: அவனுக்கு உங்கமேல அத்தனை... அது என்ன சொல்றது?

வரத: கூடப் பிறக்காத குறை!

மனைவி: இத்தனை பெரிய வீடு நமக்குத் தேவையே இல்லை.

வரத: ஆமாம். தேவையே இல்லை.

மனைவி: இன்ஷூரன்ஸ்கூட எல்லா பாக்கி பிரிமியமும் கட்டியாச்சாம்!

வரத: யாரு மதியா?

மனைவி: ஆமாம், என்ன ஒரு தாராள குணம் பாருங்க. இவன் மாதிரி ஆட்கள் இருக்கறதாலதான் மழை பெய்யறது.

(வரதராஜன் சிரிக்கிறார். தொடர்ந்து சிரிக்கிறார். கண்களில் நீர் வர, ஹாஸ்யத்தை ரசிக்கிறதுபோல் சிரிக்கிறார்.)

மனைவி: இதில சிரிக்கிறதுக்கு ஏதும் இருக்காப்ல தெரியலை!

வரத: தெரியலையா?

மனைவி: வர வர நீங்க எப்போ சிரிக்கப்போறேள்ளே சொல்றது கஷ்டமா இருக்கு.

வரத: ஆமாம், எனக்குக்கூடத் தப்பான சந்தர்ப்பங்கள்ள சிரிப்பு வருது. (கண்களைத் துடைத்துக்கொள்கிறார்.)

மனைவி: நான் ரெண்டு நாளைக்கு உங்க பொண்ணுகூட இருந்துட்டு வரப்போறேன். அவாளுக்கு பாக் பண்ண ஒத்தாசை வேணுமாம்!

வரத: போய்ட்டு வாயேன்!

மனைவி: ராத்திரிக்கு சமைச்சு எடுத்து வெச்சிருக்கேன். அப்புறம் பக்கத்து வீட்டிலே சொல்லியிருக்கேன். அவா வந்து கார்த்தாலை காபி, டிபன் கொடுப்பா. மதி நாளைக்கு ஒரு ஆளை அனுப்ப றேன்னு சொல்லியிருக்கார்.

வரத: நீ போய்ட்டு வாம்மா. நான் பார்த்துக்கறேன். உனக்கும் தான் கொஞ்சம் நாள் விடுதலை வேணுமோல்லியோ.

மனைவி: அப்படி எல்லாம் இல்லை. குழந்தை ஊருக்குப் போறா - அமெரிக்கா போறா - உங்களுக்குத்தான் அதில் சந்தோஷமே இல்லையே!

வரத: யார் சொன்னா?

மனைவி: எதுக்கெடுத்தாலும் குதர்க்கமா பேசறேள்!

(வரதராஜன் சிரிக்கிறார்.)

மனைவி: சிரிக்கிறீங்க. உங்களை ஒரு கேள்வி கேட்கலாமா!

வரத: தாராளமா!

மனைவி: உங்களுக்கு இப்போ என்ன குறை!

வரத: ஏதும் இல்லையே!

மனைவி: பின்ன ஏன் எப்பப் பார்த்தாலும் மூஞ்சியைத் தூக்கி வெச்சுண்டிருக்கேள்!

வரத: என் மூஞ்சியே அப்படிம்மா! (சிரிக்கிறார்.)

மனைவி: அப்போ எதுக்குச் சிரிப்பாணி?

வரத: எனக்கு என்னவோ சிரிப்பு வருது.

மனைவி: எனக்கு ஆத்திரமா வருது.

வரத: நான் என்ன பண்ணமுடியும்?

மனைவி: இத்தனை நாள் கழிச்சு இப்பத்தான் விடிவு காலம் வந்திருக்கு நமக்கு. பொண்ணுக்கு நல்ல இடமாக் கல்யாணம்

ஆயிருக்கு. நம்ம கடன் எல்லாம் ஒரு பாடாத் தீர்ந்து போயிருக்கு. இன்ஷூரன்ஸ் முதல் தடவையாக் கட்டியாச்சு. உங்களுக்கு மாசா மாசம் சம்பளம் வருது. என்ன குறை உங்களுக்கு?

வரத: ஒரு குறையும் இல்லை, நீ போயிட்டு வா!

மனைவி: ஏதோ ஒரு ஏக்கம் உங்களுக்கு!

வரத: ரொம்ப சந்தோஷமா இருக்கேன். போயிட்டு வாயேன்!

(மனைவி உள்ளே சென்று ஒரு பையை எடுத்துக்கொண்டு புறப்படும்வரை அந்த ஊஞ்சலையே பார்த்துக் கொண்டிருக் கிறார் வரதராஜன். அதை லேசாக ஆட்டிப் பார்க்கிறார். எண்ணெய் இல்லாததால் மேலேயிருந்து சத்தம் வருகிறது.)

மனைவி: நான் போயிட்டு வரட்டுமா?

வரத: போயிட்டு வரேன்!

மனைவி: என்னது?

வரத: ஒண்ணுமில்லை, 'போயிட்டு வா'னு சொன்னேன்.

மனைவி (அருகில் வந்து): உடம்புக்கு ஒண்ணும் இல்லையே?

வரத: உடம்புக்கு ஒண்ணும் இல்லை. நம்ம கஷ்டமெல்லாம் தீர்ந்துபோய் விடிவுகாலம். இப்ப எனக்கு ஒரு குறையும் இல்லை. நீ உன்பெண்ணுக்கு ஒத்தாசை பண்ணப் போயிட்டு வா. குட்பை... போனப்புறம் போன் பண்ணு.

மனைவி: வேண்டாம்னா போகலை. (சந்தேகமாகப் பார்க் கிறாள். அவர் பேச்சின் தொனி அவளுக்குப் பிடிபடவில்லை.)

வரத: போயிட்டு வாம்மா!

(மனைவி போவதைப் பார்த்துக்கொண்டிருக்கிறார். ஊஞ்சலில் சற்று நேரம் உட்காருகிறார். அதைப் பக்கவாட்டில் பார்த்து) என்ன முனகறே? என்னை மாதிரி நீயும் பிரயோசனமில்லாம போயிட்டே... உன்னையும் கழட்டப்போறா! ஏ ஊஞ்சலே, எப்போ நீ இந்த வீட்டுக்குள்ளே முதல் தடவையா வந்தே? மதிதான் கொண்டுவந்து போட்டான் இல்லையா? அக்பர் சாஹிப் தெருவில் அருமையான ஒரு கார்ப்பென்டர் கிட்ட கொடுத்து

செட்டி நாட்டுக்குப் போய் வெண்கலத்தில பூண் வாங்கிண்டு வரச்சொல்லி ஸ்பெஷலா பாலிஷ் போட்டு...

(இப்போது விளக்குகள் மங்கிவிட அங்கே மதிவதனம் வருகிறான். மதிவதனம் சாதாரண வேஷ்டியும் பனியனுமாக இருக்கிறான். வரதராஜனைக் கண்டதும் மரியாதையுடன் ஒதுங்கி தூரத்தில் நின்று)

மதி: ஐயா, ஊஞ்சல் சரியா இருக்குதுங்களா, நம்ம ஆசாரி கேக்கச் சொன்னாரு!

(வரதராஜன் ஆடிப் பார்க்கிறார் பொலிவுடன். சத்தமில்லை.)

வரத: மதி! ஒண்ணு மட்டும் வெச்சுக்கோ. லைஃப்ல எது செய்தாலும் சிறப்பாச் செய்யணும். எக்ஸலன்ஸ். இந்த ஊஞ்சலையே எடுத்துக்கோ... தேக்கு மரம், செட்டி நாட்டி லேருந்து வெங்கலக்குமிழ், அப்புறம் நல்ல காஸ்ட் அயர்ன்ல சங்கிலி, பாலிஷ் பாரு...

(மதிவதனம் அவரருகில் உட்கார்ந்து கால் பிடித்துக் கொண்டே...)

மதி: ஐயா, உங்களுக்குச் சொல்லணுமா!

(கல்யாணி வருகிறாள் - சின்னப் பெண்)

கல்யாணி: அப்பா, நானும் ஊஞ்சல் ஆடறேம்பா...

(அவரது மடியில் உட்கார்ந்துகொள்ள...)

வரத: நான் சம்பாதிக்கறது எல்லாம் இந்தக் கல்யாணிக் குட்டிக்குத்தான். வளர்ந்து, படிக்க வெச்சு, ஆளாக்கி, பெரிய இடத்தில் கட்டிக்கொடுத்து, தெருவையே அடைக்கிறமாதிரி இங்கேருந்து ஜகன்மோகினி ஆபீஸ் வரையிலும் பந்தல் போட்டு ஜாம் ஜாம்னு கல்யாணம் நடத்தலாமா?

மதி: ஐயா, செய்துரலாம்ங்க!

வரத: கொஞ்சம் கொஞ்சமா இந்தத் தெருவையே விலைக்கு வாங்கிடப்போறேன். பள்ளிக்கூடம் பெண்களுக்கு, அப்புறம் ஒரு சினிமா தியேட்டர், ஒரு ஹாண்ட்லிங் ஏஜென்ஸி, ஒரு

ரோலிங் மில், ஒரு கெமிக்கல் ப்ளாண்ட்... எத்தனை ப்ளான் வெச்சிருக்கேன் தெரியுமா... ஒரு தினப்பத்திரிகை.

(ஊஞ்சலில் ஆடிக்கொண்டே பேசுகிறார்...)

மதி: எல்லாம் உங்களாலதான் செய்துகாட்ட முடியுங்க.

(மனைவி உள்ளே வருகிறாள். பளிச்சென்று பட்டும் நகையுமாக ஜொலிக்கிறாள்.)

மனைவி: சூரஜ்மல்ல சொல்லி ப்ளூ ஜாகர்ல ஒத்தைக்கல் வெச்சு காதுக்குப் பண்ணக் கொடுத்திருக்கேன் கல்யாணிக்கு. மதி, போய்த் தயாரா இருக்கானு கேட்டுண்டு வந்துருப்பா.

மதி: சரிங்க அண்ணி!

வரத: காரை எடுத்துண்டு போ மதி...

மதி: ஐயா வேண்டாங்க. சைக்கிள்ல போறேன்!

வரத: மதி, நம்ம சிங்காரவேலு ஒரு ரோல்ஸ் வெச்சிருக்கார் பாத்தேன். இன்ஜின் ஓடுதுன்னு யாராவது சொன்னாத்தான் தெரியறது. அவ்வளவு நிசப்தமா வெண்ணெய் கணக்கா ஓடுது. ஒரு ரோல்ஸ் ராய்ஸ் என்ன விலை தெரியுமா கல்யாணி?

கல்யா: எட்டணா?

வரத (சிரித்து): எட்டணாவுக்கு ஒரு தடவை ஹார்ன் அடிக்கலாம். அவ்வளவுதான்... பாப்பாய்ங்!

மதி: அம்மா நான் போய் வைரம் விசாரிச்சுட்டு வேற ஏதாவது வேணுங்களா?

மனைவி: ஒரு மூட்டை அரிசி சொல்லியிருந்தேன். நல்ல பழைய நெல்லூர் அரிசியாக் கொண்டு வரச்சொல்லு. கவர்னர் வராரா... அவருக்கு ஸ்பெஷலா குக்ஸ் ஏற்பாடு பண்ணணும்.

மதி: ஐயா, உங்களுக்கு?

வரத: ஜிப்பாவுக்கு தங்கப்பித்தான் பண்ணச் சொல்லியிருந்தேன்.

மனைவி: கொண்டு வந்தாச்சு!

(கல்யாணி முதுகில் ஏறிக்கொள்கிறாள்)

மனைவி: ரொம்பச் செல்லம் கொடுத்து வெச்சிருக்கேள். இப்பவே எதுத்து எதுத்துப் பேசறா.

கல்யா: நீ போம்மா உள்ளே!

வரத (சிரித்து): இதுக்கு என்னவெல்லாம் பண்ணப்போறேன் தெரியுமோ?

கல்யா: உங்களுக்கு ராவ்பகதூர் பட்டம் கொடுக்கப் போறா ளாமே... உண்மையா?

வரத: ராவ்பகதூர்லாம் போயிடுத்து. இப்ப பத்மபூஷண்! இந்த ரிபப்ளிக் டேல கொடுக்கப் போறதாத்தான் பேசிக்கறா.

மனைவி: ஏதோ கண்படாம இருந்தாச் சரி. இப்பவே ரொம்பக் கண்பட்டிருக்கறதா அனுமார் ஜோஸியர் சொல்லி பரிகாரம் பண்ணச் சொன்னார்.

(அவர்கள் மெள்ள நடந்து விலகுகிறார்கள். வரதராஜன் தனியாக ஊஞ்சலாடும் சத்தம் மட்டும் கேட்கிறது.)

வரத: ஏ ஊஞ்சலே, உனக்குப் பிரயோஜனமில்லை... எனக்கும் பிரயோஜனமில்லை. நீயும் இடத்தை அடைச்சுண்டு இருக்கே. உன்னைக் கழட்டறாப்பல என்னையும் கழட்டிட்டா என்ன?

மனைவியின் குரல்: உங்களுக்கு என்ன குறை?

வரத: ஆமாம், எனக்கு என்னதான் குறை? (உணர்ச்சியுடன் மெள்ள) ஐம் ஜஸ்ட் எ நோபடி. அதான் எனக்குக் குறை. நான் இருக்கறதும் இல்லாததும் ஒண்ணுதான். அதான் என் குறை. எனக்கு இப்போ மூஞ்சி கிடையாது. காலி முகம் அடையாளம் கிடையாது. இன்னிக்குக் காணாம போயிட்டேன்னா பதினஞ்சு நிமிஷம் தேடுவா, அவ்வளவுதான். செத்துட்டா 'ஊரெல்லாம் கூடி ஒலிக்க அழுதிட்டு பேரினை நீக்கிப் பிணம் என்று பெயரிட்டு' விட்டுருவா... 'வேணுமென்று தேடுகின்ற வேட்கை யைத் துறந்தபின் வேணுமென்ற அப்பொருள் விரைந்து காணல் ஆகுமே!' (லேசாகச் சிரித்துக்கொண்டு ஊஞ்சலைப் பார்க்கிறார்). ஒரு காலத்தில் கவர்னர் உம்மேல் உக்காந்து ஆடியிருக்கிறார். ஞாபகம் இருக்கா ஊஞ்சலே?

(இப்போது அவருக்குக் கடந்த காலமும் நிகழ்காலமும் குழம்பிக் கிடக்கிறது. வெண்மையான கடற்படைச் சீருடையில் ஓர் அதிகாரி வந்து சல்யூட் அடிக்கிறார்.)

அதிகாரி: மிஸ்டர் வரதராஜன்!

வரத: யெஸ்!

அதிகாரி: ஐம் தி கவர்னர்ஸ் ஏடிஸி. கவர்னர் இன்னும் பத்து நிமிஷத்திலே வருவார். இந்த மாதிரி ஊஞ்சல் அவருக்கு ரொம்பப் பிடிக்கும். சங்கிலியெல்லாம் வலுவாக உள்ளதுதானே?

வரத: தேர்ந்தெடுக்கப்பட்ட இரும்புச் சங்கிலி... இந்தப் பூண்களைச் செட்டிநாட்டிலிருந்து வரவழைச்சேன். பர்மா தேக்கு சென்னையிலேயே மிகத் திறமையான தச்சர் செய்தது இது. பாலிஷுக்கே நூறு ரூபாய் செலவழிச்சேன்.

அதிகாரி (ஆடிப் பார்த்து): கவர்னர் ஆடுவதற்கு உரியதுதான். பத்து நிமிஷத்தில் கவர்னர் வருகிறார்.

(*அதிகாரி ஓரத்தில் மறைகிறார்*).

வரத: கல்யாணி! டிரஸ் பண்ணிக்கோ. உங்கம்மாவையும் தயாரா இருக்கச் சொல்லு. கவர்னர் வரார் பாரு! தங்கப் பித்தான் போட்ட அந்த சில்க் ஜிப்பா கொண்டுவரச் சொல்லு. (முகத்தைத் துடைத்துக்கொள்கிறார்.) கவர்னர் வரார்... கவர்னர் வரார்... ஜிப்பா அணிந்துகொண்டு அவசரமாக வாயிற்புறம் இரு கைகளையும் நீட்டி விரித்துக்கொண்டு செல்கிறார்.) யுர் எக்ஸெலன்ஸி! யுர் எக்ஸெலன்ஸி!

(*அவர் வெளியே செல்ல பாண்டு வாத்தியம் ஒலிக்கிறது. அதன் சத்தம் வலுவாகிச் சற்று நேரம் உச்சத்திலிருந்து குறைந்து மெள்ள மெள்ள இன்றைய போக்குவரத்தின் - பஸ் - கார்களின் - ஆட்டோக்களின் - மோட்டார்களின் ஹார்ன்களின் சத்தமாக மாறுகிறது. பின்னணியில் ஒரு வேகமான கார் சத்தம் கேட்கிறது. தொடர்ந்து ஹார்ன் சத்தம், ப்ரேக்குகள் நாராசமாகக் கிறீச்சிடும் சத்தம் கேட்கின்றன.*)

பலதரப்பட்ட பேச்சுகள் -

குரல் 1: நேரா வந்து வுயுந்தான்யா... ப்ரேக் போட அவகாசம் பத்தலை!

குரல் 2: குறுக்கே கடக்கறப்போ 'கவர்னர் வராரு கவர்னர் வராரு'னு சொல்லிக்கிட்டே... எல்லாரையும் 'ஒதுங்கு

ஒதுங்கு'னு பொம்மை நடக்கறாப்பல நடந்து அப்படியே வுயுந்தான்யா!

குரல் 1: பாவம் டைவரு எவ்வளவோ சாலாக்காத்தான் ப்ரேக் போட்டாரு.

குரல் 2: யார்யா இந்தாளு?

குரல் 3: யாரோ (மௌனம்)...

(டெலிபோன் ஒலிக்க ஒலிக்க ஒலிக்க...)

அந்த ஊஞ்சல் லேசாக - காலியாக - ஆடிக்கொண்டிருக்கிறது.
